કઠ ઉપનિષદ

૧. પ્રથમ અધ્યાયમાં ત્રણ વલ્લી છે.

૨. દ્વિતીય અધ્યાયમાં ત્રણ વલ્લી છે.

૧. ત્રણ વરદાન

૨. અગ્નિવિદ્યા

૩. પરમાત્મા પ્રાપ્તિના માર્ગ

૪. મૃત્યુનું રહસ્ય

૫. બ્રહ્માંડની રચના

૬. બ્રહ્મવિદ્યા

Kath Upanishad

કઠ ઉપનિષદ

લેખક - પ્રકાશક :

સંપૂર્ણ જીવન ટ્રસ્ટ

૩૬, અજિતનાથ સોસાયટી,

પાણીની ટાંકી પાસે, કારેલીબાગ,

વડોદરા - ૩૯૦ ૦૧૮.

ફોન : ૦૨૬૫ - ૨૪૬૪૮૫૯

Email : sampurnajeevantrust@gmail.com

પ્રત : ૧૦૦૦, મે, ૨૦૧૭

લેસર કમ્પોઝિંગ - મુદ્રક :

વિમલ ગ્રાફિક્સ

૧૦, કાન્ત ઍપાર્ટમેન્ટ,

પેટલાદ રોડ, નડીઆદ.

મો. : ૯૮૯૮૧૧૪૬૪૯

સૌજન્ય :

સ્વ. ચૈતન્ય વિઠ્ઠલદાસ ઉકાણી

:: પ્રસ્તાવના ::

કઠ ઉપનિષદમાં ઋષિ નાટ્યાત્મક રૂપે નચિકેતા અને યમરાજા વચ્ચેના વાર્તાલાપ દ્વારા સુંદર રીતે બ્રહ્મજ્ઞાન સમજાવે છે.

નચિકેતાનો મુખ્ય પ્રશ્ન મૃત્યુ પછીના જીવન વિષેનો છે. આપણા મનમાં પણ આ જ વાત રમતી હોય છે કે ખરેખર મૃત્યુ પછી જીવન છે કે નહીં ? આપણે આનો ઉકેલ શોધવા પ્રયાસ કરતા હોઈએ છીએ.

મૃત્યુ પછી જીવન છે જ તે સ્પષ્ટ કરવા માટે આ ઉપનિષદમાં આપણું બંધારણ તથા પરમાત્માની સંપૂર્ણ સક્ષમ વ્યવસ્થાનું વર્ણન કરેલું છે, જેમાં આપણા આ જીવનનાં કર્મોનાં ફળો સચવાય અને નવા જન્મમાં તે આપણને સ્વભાવ અને શ્રદ્ધા સ્વરૂપે મળે તથા આપણે આસક્તિ વિના નિષ્કામ ભાવે કર્મ કરીએ તો તેનાં ફળ આ જન્મમાં અથવા તો નવા જન્મે મેળવી શકીએ છીએ તે સમજાવવામાં આવેલ છે.

સંપૂર્ણ જીવન ટ્રસ્ટ આધ્યાત્મિક શિક્ષણનું માળખું ગોઠવીને સમાજની અંતિમ વ્યક્તિ સુધી આ જ્ઞાન પહોંચાડવા માટે કટિબદ્ધ છે.

- સંપૂર્ણ જીવન ટ્રસ્ટ

:: ઉપનિષદનો મર્મ ::

આપણા ઋષિઓ યોગી ઉપરાંત વૈજ્ઞાનિક હતા. તેમણે જે સત્યનો સાક્ષાત્કાર કર્યો અને વ્યાવહારિક જીવનમાં અનુભવ મેળવ્યો, તેનું સંકલન કરીને જે શબ્દદેહ આપ્યો તે ઉપનિષદ.

ઉપનિષદ એ આધ્યાત્મિક જીવનવિદ્યા છે, જે આપણી ભવ્ય સંસ્કૃતિનું સર્વોત્તમ મૂળ છે. વેદના એ અંતિમ ભાગને વેદાંત કહે છે, તે વેદોમાંથી જ તારવવામાં આવેલાં છે. અલગ અલગ ઋષિઓ દ્વારા અલગ અલગ ઉપનિષદોમાં એક એક વિષયને વિગતવાર સમજાવવામાં આવેલ છે. કુલ ૧૦૮ ઉપનિષદો લખાયાં છે, તેમાં ૧૧ ઉપનિષદો મુખ્ય છે. ઈશ, કેન, કઠ, પ્રશ્ન, મુંડક, માંડુક્ય, તૈત્તિરીય, ઐતરેય, બૃહદારણ્યક, છાંદોગ્ય અને શ્વેતાશ્વતર છે.

ઉપનિષદોમાં અગત્યના વિષયો જેવા કે જીવાત્મા, વિદ્યા-અવિદ્યા, પરાવિદ્યા-અપરાવિદ્યા, દ્વૈત-અદ્વૈત, સંભૂતિ-અસંભૂતિ, દેવ અને દાનવનાં લક્ષણો, વર્ણવ્યવસ્થા અને ચાર આશ્રમ વ્યવસ્થા, આત્મા, આત્મજ્ઞાન, બ્રહ્મ, બ્રહ્મજ્ઞાન, પરમાત્માનું સ્વરૂપ, પ્રકૃતિ, ત્રણ ગુણ (સત્વ, રજસ, તમસ), પંચમહાભૂત (આકાશ, વાયુ, તેજ, જલ અને પૃથ્વી) અને આત્મા પર આવેલાં વિવિધ આવરણોના કોશો રૂપે વર્ણન, કર્મ, શાંતિ, સત્ય, આનંદ, ઉપાસના તેમજ ભક્તિની સાચી સમજ આપેલી છે.

ઉપનિષદોમાં પરમાત્માના સ્વરૂપ અને કર્તવ્યનું સુંદર વર્ણન કરવામાં આવ્યું છે. પરમાત્મા શ્રેષ્ઠ, સત્ય, ચૈતન્ય સ્વરૂપ છે. તેમની જ સત્તા છે. પરમાત્માએ પોતાના એક અંશમાંથી આ સૃષ્ટિનું સર્જન કર્યું છે અને તેનું સંચાલન પણ તેઓ જ કરે છે. તેમણે જ મનુષ્યનું સર્જન કર્યું છે અને તેમાં ચૈતન્યશક્તિરૂપે આત્માનું નિરૂપણ કર્યું છે. એ આત્મા પરમાત્માનો જ અંશ છે. આ આત્મા અને પરમાત્માના સંબંધનું વર્ણન ઉપનિષદોમાં વિગતવાર

કરેલું છે. ઉપનિષદ પાપ અને અજ્ઞાનને દૂર કરે છે અને સાચું જ્ઞાન આપે છે. ઉપનિષદનું જ્ઞાન બ્રહ્મ પ્રાપ્તિ માટે અને દૈનિક જીવન માટે બહુજ ઉપયોગી છે.

કર્મનો સિદ્ધાંત સમજાવીને માણસને નિષ્કામ કર્મ દ્વારા અંતઃકરણ શુદ્ધ કરવાની પદ્ધતિ બતાવી છે તથા ઉપાસનાની વિવિધ પદ્ધતિઓ સમજાવીને કેવી રીતે મૃત્યુ પહેલાં માયા અને વાસનાઓનો ક્ષય કરીને સંપૂર્ણ વૈરાગ્યની સ્થિતિએ પહોંચી શકાય તેનું વર્ણન છે. આમ અવિદ્યાનો પડદો હટવાને કારણે પરમાત્માનું દર્શન સ્પષ્ટ થતું જાય છે.

ઉપનિષદ સમજાવે છે કે દરેક વસ્તુ પરમાત્માની માલિકીની છે, જેથી તેના માલિક નહીં પણ ટ્રસ્ટી બની, ત્યાગીને ભોગવવાનું શીખવે છે. માણસે ભોગોના કે સમૃદ્ધિના ગુલામ નથી થવાનું. પરંતુ પોતાનું જીવન સાદગીભર્યું અને ત્યાગપૂર્ણ હોવું જોઈએ.

આપણે જોઈ રહ્યા છીએ કે છેલ્લા બે શતકમાં ભૌતિક જીવન માટે જરૂરી શિક્ષણનું સુંદર માળખું ગોઠવાયેલું હોવાથી આપણે તેને સમૃદ્ધ બનાવી શકયા છીએ, પરંતુ સમાજમાં પ્રવર્તી રહેલ આધ્યાત્મિક નિરક્ષરતાને કારણે સંકુચિતતા, અંધશ્રદ્ધા, નૈતિક મૂલ્યોનું અધઃપતન, પાપાચાર, ભ્રષ્ટાચાર, દંભ, સંપત્તિનું પ્રદર્શન, વ્યક્તિપૂજા જેવાં દૂષણો ઝડપથી વધી રહ્યાં છે ત્યારે ઉપનિષદના આધ્યાત્મિક જ્ઞાનનું મહત્ત્વ ખૂબજ વધી જાય છે.

આધ્યાત્મિક જ્ઞાન અને ભૌતિકજ્ઞાનમાંથી કોઈ એક જ જ્ઞાન પૂરતું નથી, પરંતુ આ બંને જ્ઞાનનો સમન્વય જરૂરી છે. આ બંને વિદ્યાઓ ગુરુકુળમાં એક જ ગુરુ દ્વારા સમાન રીતે આપવામાં આવતી હતી. જેથી તેનું પરિણામ ઉત્તમ જોવા મળતું હતું. એ વ્યવસ્થા પડી ભાંગતાં હાલમાં પરિસ્થિતિ અસંતુલિત થઈ ગઈ છે. તેથી મોટા ભાગના લોકો અજ્ઞાનતાને કારણે ભગવાનને ભજવાને બદલે વ્યક્તિપૂજા તરફ વળી ગયા છે અને અંધશ્રદ્ધામાં જીવે છે, તથા ઉપનિષદનું સત્ય જ્ઞાન લુપ્ત થઈ રહ્યું છે.

ઉપનિષદનું જ્ઞાન વ્યક્તિમાં પરિવર્તન લાવે છે અને તેનો આધ્યાત્મિક વિકાસ થવાના કારણે તેનામાં નમ્રતા, માનવતા, નિર્ભયતા, ઉત્સાહ, સદ્ભાવના, સ્થિરતા અને હકારાત્મકતાનો સંચાર થાય છે, જેને કારણે તે પોતાનો વ્યક્તિગત વિકાસ સાધીને કૌટુંબિક, સામાજિક, રાષ્ટ્રીય અને વૈશ્વિક બાબતોમાં પોતાનો સક્રિય ફાળો આપવા માટે સક્ષમ બની શકે છે.

આ ઉપનિષદનું જ્ઞાન જ્ઞાની પુરુષો દ્વારા અન્યને આમને - સામને બેસીને આપવામાં આવેલું જ્ઞાન છે, જે જ્ઞાન વિગતવાર મેળવવું હોય તો ઉપનિષદનો અભ્યાસ કરવો જરૂરી છે.

: વિષય સૂચિ :

આ ઉપનિષદમાં યમરાજા અને નચિકેતા વચ્ચેના વાર્તાલાપ દ્વારા સંપૂર્ણ પરાવિદ્યાનું જ્ઞાન સમજાવવામાં આવેલું છે. નચિકેતાને યમરાજાએ અનેક પ્રલોભનો આપ્યાં અને તેમને આપેલા વરદાનમાં ત્રીજું વરદાન પાછું આપે તેમ કહ્યું પરંતુ નચિકેતાને પરાવિદ્યાનું જ્ઞાન મેળવવું હતું જેથી તેણે કોઈ જ પ્રલોભનો સ્વીકાર્યાં નહીં.

વરદાન : યમરાજાએ નચિકેતાને ત્રણ વરદાન આપ્યાં, ત્યારે નચિકેતા તેમની પાસે જે વરદાન માગે છે તે ત્રણ વરદાન નીચે પ્રમાણે છે.

વરદાન-૧ : મારા પિતા મારો સ્વીકાર કરે અને શાંત થાય.

વરદાન-૨ : સ્વર્ગ પ્રાપ્તિ જેનું ફળ છે તે અપરાવિદ્યા (અગ્નિવિદ્યા)નું મને જ્ઞાન આપો.

વરદાન-૩ : મૃત્યુ પછીનું રહસ્ય સમજાવો.

(૧) **વરદાન - ૧** : પોતાના પિતાનો બ્રાહ્મણોને વસૂકી ગયેલી ગાયો દાનમાં આપવાનો અને નચિકેતા પર ક્રોધ કરવાનો નિર્ણય અયોગ્ય હોવા છતાં સુપુત્ર તરીકે તેમણે પિતાનો ક્રોધ શાંત થાય અને તેઓ મારો સ્વીકાર કરે એવું વરદાન માગ્યું.

(૨) **વરદાન - ૨ અગ્નિવિદ્યા** : અગ્નિવિદ્યા એટલે ભૌતિક જીવન જીવવા માટેનું જ્ઞાન. આ ઉપનિષદમાં ભૌતિક જીવન જીવવા માટે જરૂરી વિસ્તૃત જ્ઞાન સમજાવ્યું છે. પરમાત્માનાં પંચમહાભૂત અને અંત:કરણ રૂપે થયેલા આવિર્ભાવને કારણે જગતમાં જે વૈવિધ્ય દેખાય છે તે સ્થૂળ અને સૂક્ષ્મભાગ, જે સતત પરિવર્તનશીલ છે.

જીવન જીવવા માટે આહાર, વસ્ત્ર અને આવાસની જરૂરિયાત અને અભ્યાસ, વિકાસ, સમૃદ્ધિ અને વૈભવ પામવા માટેની જે વિદ્યા છે

તે અગ્નિવિદ્યા કહેવાય છે. જે બહુજ અગત્યની છે. પરંતુ તેનો ઉપયોગ સમજપૂર્વક કરવો જોઈએ.

(૩) વરદાન - ૩ મૃત્યુનું રહસ્ય : મૃત્યુ બાદ આત્મા આ દેહને છોડીને જાય છે ત્યારે સ્થૂળ શરીર પૃથ્વી પર રહી જાય છે જેનું વિભાજન થઈ તે પંચમહાભૂતમાં ભળી જાય છે. જયારે આત્મા પોતાની સાથે સૂક્ષ્મ શરીર રૂપે અંતઃકરણ (મન, બુદ્ધિ, ચિત્ત, અહંકાર અને વાસનાઓ) લઈને શરીર છોડી જાય છે. પછી તે આત્મા સૂક્ષ્મ શરીર સાથે બીજું શરીર ધારણ કરે છે. આ આત્માને જાણવાથી બધું જાણી શકાય છે.

આત્મા અજર, અમર, અવિનાશી છે. આ આત્મા ઉત્પન્ન થતો નથી, મરતો નથી, બદલાતો નથી, નિત્ય છે, પરમાણુથી પણ સૂક્ષ્મ છે અને વિભુ પણ છે. જે શરીર વગર બધું જ કરી શકે છે. આત્મા વૃદ્ધ થતો નથી કે મરતો નથી પરંતુ વારંવાર શરીર ધારણ કરી જન્મ-મરણના ચક્કરમાં ભમ્યા કરે છે. પરંતુ જયારે આત્મા પ્રગતિ કરતો કરતો શુદ્ધ બની જાય છે, પછી તે પોતાનાં તમામ આવરણો દૂર કરી, સૂક્ષ્મ શરીરનો પણ ત્યાગ કરી પૂર્ણ શુદ્ધ થયા બાદ વાસના રહિત બની પરમાત્મામાં ભળી જાય છે. પછી તેને જન્મ લેવો પડતો નથી. આ મૃત્યુનું રહસ્ય છે. આ જાણવાથી મૃત્યુનો ડર રહેતો નથી.

દરેક જીવને એક જન્મમાંથી બીજા જન્મમાં કેમ લઈ જવો તે તેના કર્માનુસાર પરમાત્મા જ નક્કી કરે છે. તેની સંપૂર્ણ કાળજી પરમાત્મા રાખે છે. પ્રલયકાળમાં પણ પરમાત્મા જાગતા હોય છે અને બધા જ જીવોનાં કર્મોનાં ફળ પ્રમાણે બીજા જન્મમાં લઈ જવાની વ્યવસ્થા પરમાત્મા સંભાળે છે, આને બ્રહ્મવિદ્યા પણ કહે છે.

(૪) પરમાત્મા : આ બ્રહ્માંડના કારણ સ્વરૂપ છે. તેઓ પોતે જ ઉપાદાન અને નિમિત સ્વરૂપ છે. તેઓ આદિ, અનાદિ, સર્વશ્રેષ્ઠ,

સર્વશક્તિમાન, સર્વવ્યાપક, નિરાકાર, કૃપાળુ, માયાળુ, દયાળુ અને સર્વના સર્જનહાર, બિંદુસ્વરુપ, તેજોમય અને પ્રકાશ સ્વરુપ છે.

(૫) પરમાત્મા પ્રાપ્તિના માર્ગ : પરમાત્માને પ્રાપ્ત કરવા માટે પરાવિદ્યાનું જ્ઞાન બહુજ જરુરી છે. આ માટે જીવન સાધું, સંયમી, સેવાભાવી હોય અને પરમાત્મામાં શ્રદ્ધા હોવી જરુરી છે.

પરમાત્માની અનુભૂતિ પામવા માટે સાધકે આટલું કરવું જોઈએ :

૧. ઇન્દ્રિયોને અંતર્મુખી કરી તેમના પર સંયમ દ્વારા નિયંત્રણ કરવું.

૨. મનનો નિગ્રહ કરવો.

૩. ચિત્તને શાંત કરવું.

૪. ઇચ્છાઓ, કામના અને વાસના પર નિયંત્રણ સાધવું.

૫. નિયમિત યોગ, સાધના અને ધ્યાન કરવું.

૬. ૐ પરમાત્મ પ્રાપ્તિનું શ્રેષ્ઠ સાધન છે, તેના પર ધ્યાન કરવું.

૭. નિષ્કામ કર્મ કરવાં, લોક સંગ્રહ કરવો, જનસેવા કરવી.

૮. ઉત્તમ ચારિત્ર્ય હોવું જોઈએ.

૯. પરમાત્માના સત્ય સ્વરુપને જાણીને દિવસ-રાત તેની ભક્તિ કરવી.

(૬) બ્રહ્માંડની રચના : પરબ્રહ્મ પરમાત્માનો એક અંશ પ્રકાશિત થયો, જેને કાર્યબ્રહ્મ કહેવાય છે. તેમાંથી પ્રથમ હિરણ્યગર્ભ બહાર આવે છે. તેમાંથી મહત્‌તત્ત્વ બહાર આવે છે પછી તેમાંથી ક્રમશઃ ઇન્દ્રિય, મન, બુદ્ધિ, ચિત્ત અને પંચમહાભૂત રુપે આવિર્ભાવ થાય છે. આ આવિર્ભાવના ઓછા વધતા પ્રમાણને કારણે વૈવિધ્ય કેળવાયું છે. આ બધાંમાં બ્રહ્મતત્ત્વ સમાન ભાવથી રહેલું છે. મનુષ્યની સાથે અનેક યોનિઓની રચના થતાં આમ બ્રહ્માંડની રચના થાય છે. સૃષ્ટિના

સર્જન વખતે જ પરમાત્મામાંથી બ્રહ્માંડનું સર્જન થાય છે અને તે બધું જ પ્રલય સમયે કારણ સ્વરૂપ પરમાત્મામાં સમાઈ જાય છે.

(૭) **કર્મનું ફળ :** કર્મ સારાં કરીએ કે ખરાબ, તેનાં યોગ્ય ફળ અવશ્ય મળે છે. કર્મનું ફળ બંધનમાં નાખે છે. જેથી નિષ્કામ કર્મ કરવું જરૂરી છે, જે કર્મના બંધનમાં નાખતું નથી. કર્મનું ફળ દરેકે ભોગવવું જ પડે છે.

(૮) **શ્રેય અને પ્રેય :** શ્રેય એટલે આત્માને ગમતી વાતો, જેમાં આપણું કલ્યાણ થવાનું જ હોય, તેમાં આપણને શાંતિ, આનંદ, પ્રેમ પ્રાપ્ત થાય. આ સુખ કાયમી હોય છે.

પ્રેય એટલે શરીરને ગમતી વાતો. શરીરની અંદર આવેલ ઇન્દ્રિયોનું આકર્ષણ વિષયો તરફ છે, જેથી આપણું મન ભૌતિક સુખો તરફ, જેવાં કે મકાન, ગાડી, પ્રસિદ્ધિ વગેરે તરફ આકર્ષાય છે તેને પ્રેય કહે છે. આ સુખ ક્ષણિક હોય છે, તે માણસને બંધનમાં નાખે છે અને શાંતિ આપતું નથી, દુઃખી કરે છે.

આમ જીવન જીવીએ ત્યારે શ્રેય અને પ્રેય બંને આપણી સામે આવે છે. ત્યારે આપણે નિર્ણય કરવાનો છે કે કઈ વસ્તુ આપણા માટે શ્રેયસ્કર છે કે પ્રેયસ્કર છે ? તેનો નિર્ણય કરવો જરૂરી છે. એટલે બુદ્ધિજીવી માણસે પ્રેયનો ત્યાગ કરી, શ્રેય આપનાર વિચારધારા તરફ વળવું જોઈએ. તે શ્રેષ્ઠ છે, તે માટે કોને કેટલું મહત્ત્વ આપવું તે વિચાર માગી લે છે. આ માટે પરાવિદ્યાનું જ્ઞાન જરૂરી છે.

કઠ ઉપનિષદની વાર્તા :

રાજા વાજશ્રવાનો પુત્ર ઉદ્દાલક યજ્ઞ કર્યા પછી અન્ન અને ગાયોનું દાન કરતો હતો. તે દાનેશ્વરી રાજા હતો. પરંતુ કીર્તિના મોહમાં એક વખત વસૂકેલી ગાયો દાનમાં આપી, નચિકેતાએ પોતાના પિતાને કહ્યું કે વસૂકેલી ગાયો બ્રાહ્મણોને દાનમાં આપી આપ શું મેળવશો ? કારણ કે તે ગાય દૂધ

આપી શકતી નથી કે વાછરડું પણ પેદા કરી શકતી નથી અને આપણી સંસ્કૃતિમાં કોઈ ગાયને મારવાની કલ્પના ન કરી શકે માટે દાન લેનાર બ્રાહ્મણે તે ગાયને પાલવવી જ પડે.

ટૂંકમાં નચિકેતાએ હિંમત સાથે પિતાને સત્ય સમજાવ્યું. પિતાને તે ન સમજાયું ત્યારે નચિકેતાએ પ્રશ્ન કર્યો "તમે મને કોને આપશો ?" તેના પિતાએ ગુસ્સે થઈને કહ્યું, "તને યમરાજને આપીશ".

નચિકેતા આજ્ઞાપાલક હતો, જેથી પિતાનું વચન પાળવા માટે તે સીધો યમરાજાના દરબારમાં પહોંચી ગયો. ત્યારે યમરાજા બહાર ગયા હતા. એટલે તેમના સેવકોએ નચિકેતાને રહેવા - જમવાની વ્યવસ્થા કરી. પરંતુ નચિકેતાએ વ્રત લીધું કે યમરાજા આવશે નહીં ત્યાં સુધી હું ઉપવાસ કરીશ અને ખુલ્લા ઓટલા પર સૂઈ રહીશ.

જ્યારે યમરાજા પરત આવ્યા ત્યારે એક બાળકની નિષ્ઠા જોઈ ખુશ થઈ ગયા. અને તેને ત્રણ વરદાન આપ્યાં. જેની સામે નચિકેતાએ પહેલું વરદાન એ માગ્યું કે તેના પિતા તેનો સ્વીકાર કરે. અહીં ઋષિનું કહેવું છે કે આપણે રાગ-દ્વેષ વિહીન બનીએ. બીજા વરદાનમાં નચિકેતાએ અગ્નિ વિદ્યાની માગણી કરી. અહીં ઋષિનું કહેવું છે કે ભૌતિક જીવન માટે સતત પ્રવૃત્તિશીલ રહેવું જોઈએ. અગ્નિ વિદ્યા ભૌતિક જીવન માટે અનિવાર્ય છે.

ત્રીજા વરદાનમાં નચિકેતાએ બ્રહ્મવિદ્યા (પરાવિદ્યા)ની માગણી કરી. આમ પરાવિદ્યા અને અપરાવિદ્યા બંને જરૂરી છે. પરંતુ પરાવિદ્યા શ્રેષ્ઠ છે. વ્યક્તિ જ્યાં સુધી અપરાવિદ્યાના મોહથી પર ન થાય ત્યાં સુધી પરાવિદ્યાનું જ્ઞાન પામી શકે નહીં. આત્મ તત્ત્વને જાણી વ્યક્તિ આનંદ મગ્ન થઈ જાય છે. માટે મૃત્યુ પછીના રહસ્યને જાણવા માટે આ ઉપનિષદનો અભ્યાસ કરીએ.

શાંતિ પાઠ

ક સહ નાવવતુ । સહ નૌ ભુનક્તુ । સહ વીર્ય કરવાવહૈ ।

તેજસ્વિ નાવધીતમસ્તુ । મા વિદ્વિષાવહે ।

ૐ શાન્તિઃ ! શાન્તિઃ !! શાન્તિઃ !!!

ભાવાર્થ :

હે પરમાત્માન ! આપ ગુરુશિષ્ય અમારા બન્નેની સાથે સાર્થ સર્વ પ્રકારની રક્ષા કરો; અમારા બન્નેનું આપ સાથે સાથે ઉચિત રીતે પાલન પોષણ કરો. અમે બન્ને સાથે સાથે જ સર્વ રીતે બળ પ્રાપ્ત કરીએ; અમે બન્નેએ ભણેલી વિદ્યા તેજસ્વી થાઓ - કોઈથી, ક્યાંય પણ વિદ્યામાં હારીએ નહીં ને અમે બન્ને જણા આખી જિંદગી સ્નેહથી બંધાયેલા રહીએ. અમારામાં આપસ - આપસમાં ક્યારેય દ્વેષ ન થાઓ. ત્રિવિધ તાપની શાંતિ થાઓ.

અધ્યાય - ૧ વલ્લી - ૧

ૐ ઉશન્હ વૈ વાજશ્રવસઃ સર્વવેદસં દદૌ ।
તસ્ય હ નચિકેતા નામ પુત્ર આસ ॥ ૧ ॥

શબ્દાર્થ : ૐ - ૐ આ સચ્ચિદાનંદન પરમાત્માના નામનું સ્મરણ કરીને ઉપનિષદનો આરંભ કરે છે, **હ વૈ** - જાણીતું છે કે, **ઉશન્** - યજ્ઞનું ફળ ઈચ્છનારા, **વાજશ્રવસઃ** - વાજશ્રવાના પુત્રે, **સર્વવેદસમ્** - (વિશ્વજિત યજ્ઞમાં) પોતાનું બધું ધન, **દદૌ** - બ્રાહ્મણોને આપી દીધું, **તસ્ય** - તેનો, **નચિકેતા** - નચિકેતા, **નામ હ** - નામથી પ્રસિદ્ધ, **પુત્રઃ આસ** - એક પુત્ર હતો.

ભાવાર્થ : યજ્ઞ ફળની ઈચ્છા રાખનારા વાજશ્રવાના પુત્ર ઉદ્દાલકે (વિશ્વજિત યજ્ઞમાં) પોતાનું બધું ધન (બ્રાહ્મણોને) આપી દીધું. તેને નચિકેતા નામનો એ પ્રસિદ્ધ પુત્ર હતો. નચિકેતાના પિતા ઉદ્દાલકે ફળની ઈચ્છાથી યજ્ઞનો આરંભ કર્યો અને ગાયોનું દાન આપવાનું નક્કી કર્યું.

ત੯હ કુમાર੯સન્તં દક્ષિણાસુ નીયમાનાસુ
શ્રદ્ધાવિવેશ સોઽમન્યત ॥ ૨ ॥

શબ્દાર્થ : **દક્ષિણાસુ નીયમાનાસુ** - દક્ષિણાના રૂપમાં આપવા માટે (ગાયો) લાવવામાં આવી રહી હતી તે સમયે, **કુમારમ્** - નાનો બાળક, **સન્તમ્** - હોવા છતાંય, **તમ્ હ** - તેમાં, **શ્રદ્ધા** - શ્રદ્ધાનો, **અવિવેશ** - પ્રવેશ થયો, **સઃ** - તે, **અમન્યત** - વિચારવા લાગ્યો.

ભાવાર્થ : જે વખતે દક્ષિણા (દક્ષિણાસ્વરૂપ ગાયો) લાવવામાં આવી રહી હતી ત્યારે જો કે તે (નચિકેતા) હજુ એક નાનો બાળક જ હતો ત્યારે તેનામાં શ્રદ્ધા (આસ્તિક્ય બુદ્ધિ) નો પ્રવેશ થયો. નચિકેતા ભલે બાળક હતો પણ તેણે વિવેક બુદ્ધિથી વિચાર્યું અને નિર્ણય કર્યો કે આ વસૂકેલી ગાયો દાનમાં ન આપવી જોઈએ.

पीतोदका जग्धतृणा दुग्धदोहा निरिन्द्रियाः ।
अनन्दा नाम ते लोकास्तान् स गच्छति ता ददत् ॥ ૩ ॥

શબ્દાર્થ : **पीतोदकाः** - જેઓ પાણી પી ચૂકી છે, **जग्धतृणाः** - જેઓ ઘાસ ખાઈ ચૂકી છે, **दुग्धदोहाः** - જેમનું દૂધ દોહવાઈ ચૂક્યું છે, **निरिन्द्रियाः** - જેમની ઇન્દ્રિયોની શક્તિ હણાઈ ચૂકી છે, **ताः** - એવી તે ગાયોને, **ददत्** - આપનારો, **सः** - તે દાતા, **ते लोकाः** - તે લોક, **अनन्दाः** - જે સર્વ પ્રકારના સુખોથી રહિત, **नाम** - પ્રસિદ્ધ છે, **तान्** - તેમને, **गच्छति** - પામે છે,

ભાવાર્થ : સત્યપ્રિય બાળક નચિકેતાને સમજાયું કે મારા પિતા ઉદ્દાલક બ્રાહ્મણોને વસૂકી ગયેલી ઘરડી ગાયો દાનમાં આપે છે જે ગાયોને જિંદગીભર નીભાવવી પડે, ખર્ચ કરવો પડે તે યોગ્ય કર્તવ્ય અને પુણ્ય કાર્ય નથી. આવું દાન આપનારને પુણ્ય મળી શકે નહીં અને તેને નર્કલોક જ મળે. તેથી મારે મારા પિતાને એ બાબતે ચેતવવા જોઈએ.

स होवाच पितरं तत कस्मै मां दास्यसीति ।
द्वितीयं तृतीयं तꣳहोवाच मृत्यवे त्वा ददामीति ॥ ૪ ॥

શબ્દાર્થ : **सः ह** - તે આવો વિચાર કરીને, **पितरम्** - પોતાના પિતા પ્રતિ, **उवाच** - બોલ્યો કે, **तत** - હે વહાલા પિતાજી ! તમે, **माम्** - મને, **कस्मै** - કોને, **दास्यसि इति** - આપશો ? **द्वितीयम्** - બીજી વાર, **तृतीयम्** - ત્રીજી વાર, **तम् ह** - તેણે કહ્યું, **त्वा** - તને **मृत्यवे** - મૃત્યુને, **ददामि इति** - આપું છું.,

ભાવાર્થ : જયારે નચિકેતાએ તેના પિતાને વારંવાર ચેતવણી આપતાં પૂછયું કે તમે મને કોને દાનમાં આપશો ? ત્યારે તેના પિતાએ ગુસ્સે થઈ કહ્યું હું તને મૃત્યુના દેવ યમરાજાને આપીશ, અર્થાત્ મૃત્યુદંડ આપીશ.

बहूनामेमि प्रथमो बहूनामेमि मध्यमः ।
किꣳस्विद्यमस्य कर्तव्यं यन्मयाद्य करिष्यति ॥ ૫ ॥

શબ્દાર્થ : *बहूनाम्* – હું ઘણા શિષ્યોમાં તો, *प्रथमः* – પહેલી પંક્તિના આચરણ પર, *एमि* – ચાલતો આવ્યો છું, *बहुनाम्* – ઘણાઓમાં, *मध्यमः* – મધ્યમ શ્રેણીના આચરણ પર, *यमस्य* – યમનું, *किम् स्वित् कर्तव्यम्* – કયું કામ હોઈ શકે છે, *यत् अध* – જે આજે, *मया* – મારા વડે, *करिष्यति* – પૂર્ણ કરાશે?

ભાવાર્થ : નચિકેતાએ વિચાર્યું કે ઘણા શિષ્ય અથવા પુત્રમાં હું પ્રથમ છું, અર્થાત્ બીજા ઘણા શિષ્યો કરતાં હું વધારે જિજ્ઞાસાથી ભણી રહ્યો છું, માટે મારા પિતાને યમ પાસે એવું કયું કર્તવ્ય કરાવવું છે કે મને યમને સોંપવાની વાત કરે છે ? ભલે તેમણે ક્રોધમાં કહ્યું હોય તો પણ હું મારા પિતાનું વચન મિથ્યા કરી શકતો નથી, અને નચિકેતાએ પિતા તરફ ફરીને કહ્યું કે....

अनुपश्य यथा पूर्वे प्रतिपश्य तथापरे ।

सस्यमिव मर्त्यः पच्यते सस्यमिवाजायते पुनः ॥ ૬ ॥

શબ્દાર્થ : *पूर्वे* – આપના પિતામહ વગેરે પૂર્વજો, *यथा* – જે પ્રકારનું આચરણ કરતા આવ્યા છે, *अनुपश्य* – તેના પર વિચાર કરો, *अपरे* – બીજા શ્રેષ્ઠ લોકો, *तथा प्रतिपश्य* – તે ઉપર પણ નજર નાખી જુઓ, *मर्त्यः* – મરણધર્મા મનુષ્ય, *सस्यम् इव* – અનાજની પેઠે, *पच्यते* – રંધાય છે, *सस्यम् एव* – અનાજની પેઠે જ, *पुनः* – ફરીથી, *आजायते* – ઊગી નીકળે છે,

ભાવાર્થ : હે પિતાજી આપણા પૂર્વજો તથા તેમના સમયના શ્રેષ્ઠ પુરુષોએ કયારેય અસત્ય આચરણ કર્યું નથી, તેમજ વચનભંગ કર્યો નથી. અસત્યનું આચરણ કરનાર કે વચનભંગ કરનાર કયારેય શ્રેષ્ઠ જીવન જીવી શકે નહીં અથવા પ્રભુપ્રાપ્તિ કરી શકે નહીં માટે મને તાત્કાલિક યમરાજાના દરબારમાં મોકલી દો.

વિવેચન : આ શ્લોકમાં ખૂબ સુંદર સંદેશો આપવામાં આવ્યો છે. નચિકેતાના પિતા ખોટું કાર્ય કરી રહ્યા હતા તે સત્ય વાતની રજૂઆત નચિકેતાએ કરી તો તેમણે દ્વેષ રાખીને નચિકેતાને મૃત્યુ દંડ આપ્યો. જયારે બીજી બાજુ નચિકેતા સાચા હતા અને પિતાએ મૃત્યુદંડ આપ્યો હોવા છતાં તેમની સામે દ્વેષ રાખવાને બદલે તેમના કરેલા નિશ્ચયનું પાલન કરવા માટે પોતે મૃત્યુદંડને સહર્ષ સ્વીકારીને યમરાજાના દરબારમાં જાય છે.

વૈશ્વાનરઃ પ્રવિશત્યતિથિર્બ્રાહ્મણો ગૃહાન્ ।

તસ્યૈતાꣳશાન્તિં કુર્વન્તિ હર વૈવસ્વતોદકમ્ ॥ ૭ ॥

શબ્દાર્થ : વૈવસ્વત - હે સૂર્યપુત્ર, વૈશ્વાનરઃ - અગ્નિ, બ્રાહ્મણઃ અતિથિઃ - બ્રાહ્મણ અતિથિના રૂપમાં, ગૃહાન્ - ઘરોમાં, પ્રવિશતિ - પધારે છે, તસ્ય - તેની, એતામ્ - આવી, શાન્તિમ્ - શાંતિ, કુર્વન્તિ - કરતા હોય છે, ઉદકમ્ હર - જલ લઈ આવો.

ભાવાર્થ : નચિકેતા જયારે યમરાજાના દરબારમાં પહોંચ્યા ત્યારે યમરાજ બહાર ગયા હતા. ત્યારે યમના દૂતોએ નચિકેતાને રહેવા જમવાની વ્યવસ્થાની વાત કરી તો નચિકેતાએ જણાવ્યું કે જયાં સુધી યમરાજ નહીં આવે ત્યાં સુધી હું ઉપવાસ કરીશ અને બહાર ઓટલા પર સૂઈ જઈશ.

આશાપ્રતીક્ષે સઙ્ગતꣳસૂનૃતાં ચ ઇષ્ટાપૂર્તે પુત્રપશૂꣳશ્ચ સર્વાન્ ।

એતદ્વૃઙ્ક્તે પુરુષસ્યાલ્પમેઘસો યસ્યાનશ્નવસતિ બ્રાહ્મણો ગૃહે ॥ ૮ ॥

શબ્દાર્થ : યસ્ય - જેના, ગૃહે - ઘરમાં, બ્રાહ્મણઃ - બ્રાહ્મણ અતિથિ, અનશ્નન્ - ખાધા વિના, વસતિ - રહે છે, અલ્પમેઘસઃ - ઓછી બુદ્ધિના, પુરુષસ્ય - માણસની, આશાપ્રતીક્ષે - નાના પ્રકારની આશા અને પ્રતીક્ષા, સઙ્ગતમ્ - તે પૂરી પાડવાથી થનારા સર્વ પ્રકારનાં સુખ, સૂનૃતામ્ ચ - સારી વાણીનાં ફળ તેમજ, ઇષ્ટાપૂર્તે ચ - યજ્ઞ, દાન વગેરે શુભ કર્મોના તેમજ કૂવો,

બાગ-બગીચા અને તળાવ વગેરે બનાવડાવ્યાનાં ફળ, તથા, **સર્વાન્ પુત્રપશૂન્** - સઘળાં પુત્ર અને પશુઓને, **એતદ્ વૃઙ્ક્તે** - આ બધાનો નાશ કરી નાખે છે,

ભાવાર્થ : આપણી સંસ્કૃતિમાં એવી સમજ છે કે જેના ઘરમાં અતિથિ ભૂખ્યો સૂઈ જાય તેનાં સઘળાં કર્મોનું ફળ નાશ પામે છે અને નચિકેતા પોતાના ઘરને બારણે જ ત્રણ દિવસ ભૂખ્યો સૂઈ રહ્યો તેથી યમરાજને પસ્તાવો થયો અને એક બાળકની નિષ્ઠા જોઈને તેના પ્રત્યે માન પણ થયું.

तिस्रो रात्रीर्यदवात्सीर्गृहे मे अनश्रन्ब्रह्मन्नतिथिर्नमस्यः ।

नमस्तेऽस्तु ब्रह्मन्स्वस्ति मेऽस्तु तस्मात्प्रति त्रीन्वरान्वृणीष्व ॥ ૯ ॥

શબ્દાર્થ : ब्रह्मन् - હે બ્રાહ્મણદેવતા, नमस्यः अतिथिः - આપ નમસ્કાર કરવા યોગ્ય અતિથિ છો, ते - તમને, नमः अस्तु - નમસ્કાર હો, मे स्वस्ति अस्तु - મારું કલ્યાણ થાઓ, यत् - જે, तिस्रः रात्रीः - ત્રણ રાત સુધી, मे - મારા, गृहे - ઘરે, अनश्रन् - ભોજન કર્યા વિના, अवात्सीः - રહ્યા છો, तस्मात् - તેથી, प्रति - ત્રણ રાત્રિના બદલામાં, त्रीन् वरान् - ત્રણ વરદાન, वृणीष्व - માગી લો.

ભાવાર્થ : યમરાજાએ નચિકેતાને કહ્યું કે હું તમારા ઉપર પ્રસન્ન થયો છું માટે મારા પ્રાયશ્ચિત રૂપે આપ ત્રણ વરદાન માગો.

शान्तसङ्कल्पः सुमना यथा स्याद्वीतमन्युर्गौतमो माभि मृत्यो ।

त्वत्प्रसृष्टं माभिवदेत्प्रतीत एतत्त्रयाणां प्रथमं वरं वृणे ॥ ૧૦ ॥

શબ્દાર્થ : मृत्यो - હે મૃત્યુ દેવ, यथा - જે રીતે, गौतमः - ગૌતમવંશમાં ઉત્પન્ન થયેલા ઉદ્દાલક, मा अभि - મારા પ્રતિ, शान्तसङ्कल्पः - શાંતિ સંકલ્પવાળા, सुमनाः - પ્રસન્નચિત્ત, वीतमन्युः - ક્રોધ તેમજ ખેદરહિત, स्यात् - થાય, त्वत्प्रसृष्टम् - તમે મોકલેલો હું તેમની પાસે જાઉં ત્યારે, मा प्रतीतः - તેઓ મારા

પર વિશ્વાસ કરી (આ તે જ મારો પુત્ર નચિકેતા છે એવો ભાવ રાખી), **અભિવદેત્** - મારી સાથે વાત્સલ્યપૂર્વક વાતચીત કરે, **એતત્** - આ, **ત્રયાણામ્** - મારાં ત્રણ વરદાનમાંથી, **પ્રથમં વરમ્** - પહેલું વરદાન, **વૃણે** - માગું છું,

ભાવાર્થ : નચિકેતાએ **પ્રથમ વરદાનમાં** યમરાજને કહ્યું કે મારા પિતા મારી ચિંતા કરતા હશે, તેમનું મન શાંત થાય અને તેઓ પ્રસન્ન ચિત્ત થાય તથા હું જ્યારે પરત જઉં ત્યારે તેઓ મારો પુત્ર તરીકે સ્વીકાર કરે તેવું પ્રથમ વરદાન આપો.

યમરાજાએ કહ્યું -

યથા પુરસ્તાદ્ભવિતા પ્રતીત ઔદ્દાલકિરારુણિર્મત્પ્રસૃષ્ટઃ ।
સુખꣳરાત્રીઃ શયિતા વીતમન્યુસ્ત્વાં દદૃશિવાન્મૃત્યુમુખાત્પ્રમુક્તમ્ ॥ ૧૧ ॥

શબ્દાર્થ : **ત્વામ્** - તમને, **મૃત્યુમુખાત્** - મૃત્યુના મુખમાંથી, **પ્રમુક્તમ્** - છૂટા થયેલા, **દદૃશિવાન્** - જોઈને, **મત્પ્રસૃષ્ટઃ** - મારાથી પ્રેરાઈને, **આરુણિઃ** - અરુણ-પુત્ર, **ઔદ્દાલકિઃ** - ઉદ્દાલક **યથાપુરસ્તાત્** - પહેલાંની પેઠે જ, **પ્રતીતઃ** - આ મારો પુત્ર નચિકેતા જ છે એવો વિશ્વાસ કરીને, **વીતમન્યુઃ** - દુઃખ અને ક્રોધ રહિત, **ભવિતા** - થઈ જશે, **રાત્રીઃ** - રાત્રિઓમાં **સુખમ્** - સુખપૂર્વક, **શયિતા** - ઊંઘશે,

ભાવાર્થ : યમરાજાએ કહ્યું, તમારી ઈચ્છા પ્રમાણે જ થશે.

વિવેચન : તમને મૃત્યુના મુખમાંથી પાછા ફરેલા જોઈને મારી પ્રેરણાથી તમારા પિતા અરુણપુત્ર ઉદ્દાલક ઘણા ખુશ થશે. તમને પોતાના પુત્ર રૂપે ઓળખીને તમને પહેલાંની પેઠે જ વહાલ કરશે ને તેમના ક્રોધ અને દુઃખ શાંત થઈ જશે. તમને પાછા મેળવીને તેઓ જીવનભર સુખથી ઊંઘશે.

સ્વર્ગે લોકે ન ભયં કિ઼ઞ્ચ નાસ્તિ ન તત્ર ત્વં ન જરયા બિભેતિ ।
ઉભે તીત્વાઁશનાયાપિપાસે શોકાતિગો મોદતે સ્વર્ગલોકે ॥ ૧૨ ॥

શબ્દાર્થ : ન અસ્તિ - નથી, તત્ર ત્વમ્ ન - ત્યાં મૃત્યુરૂપ આપ પોતે પણ નથી, જરયા ન બિભેતિ - ત્યાં કોઈ ઘડપણથી પણ ડરતું નથી, સ્વર્ગલોકે - સ્વર્ગ લોકમાં રહેનારા, અશનાયાપિપાસે - ભૂખ અને તરસ, ઉભે તીર્ત્વા - આ બંનેથી પર થઈને, શોકાગિત - દુ:ખોથી દૂર રહી, મોદતે - આનંદ કરે છે.

સ ત્વમગ્નિઃસ્વર્ગ્યમધ્યેષિ મૃત્યો પ્રબૂહિ ત્વઃશ્રદ્ધધાનાય મહ્યમ્ ।
સ્વર્ગલોકા અમૃતત્વં ભજન્ત એતદ્દ્વિતીયેન વૃણે વરેણ ॥ ૧૩ ॥

શબ્દાર્થ : - મૃત્યો હે મૃત્યુદેવ, સઃ ત્વમ્ - તે આપ, સ્વર્ગમ્ અગ્નિમ - ઉપર્યુક્ત સ્વર્ગ પ્રાપ્તિના સાધનરૂપ અગ્નિને, અધ્યેષિ - જાણો છો, ત્વમ્ - આપ, મહ્યમ્ - મને, શ્રદ્ધધાનાય - શ્રદ્ધાળુને, પ્રબૂહિ - સારી રીતે સમજાવીને કહો, સ્વર્ગલોકાઃ - સ્વર્ગમાં રહેનારા, કેવી રીતે, અમૃતત્વમ્ - અમરત્વને, ભજન્તે - પામે છે, એતત્ - આ બીજા વરદાન રૂપે, વૃણે - માગું છું.,

શ્લોક નંબર : ૧૨ / ૧૩ નો ભાવાર્થ -

ભાવાર્થ : બીજા વરદાનમાં નચિકેતાએ યમરાજને કહ્યું કે માણસનો જન્મ થાય, ત્યારથી મૃત્યુ સુધી તેને અન્ન, વસ્ત્ર, રહેઠાણ તથા આનંદ પ્રમોદ માટેનાં ભૌતિક સાધનોની જરૂરિયાત રહેતી હોય છે. તેના વગર સારું જીવન જીવી શકતા નથી માટે સ્વર્ગ પ્રાપ્તિ જેનું ફળ છે તે અગ્નિવિદ્યા એટલે અપરાવિદ્યાનું મને જ્ઞાન આપો.

વિવેચન : પરમાત્માની પ્રકૃતિના આર્વિભાવને કારણે જગતમાં વૈવિધ્ય દેખાય છે, જે પરિવર્તનશીલ હોય છે. તેના વિશેનું જે જ્ઞાન કે જેના વડે ભૌતિક સાધનો પ્રાપ્ત કરી સુખ શાંતિથી જીવાય છે તેને અગ્નિવિદ્યા તરીકે ઓળખવામાં આવે છે.

પ્ર તે બ્રવીમિ તદુ મે નિવોધ સ્વર્ગ્યમગ્નિં નચિકેતઃ પ્રજાનન્ ।
અનન્તલોકાપ્તિમથો પ્રતિષ્ઠાં વિદ્ધિ ત્વમેતં નિહિતં ગુહાયામ્ ॥ ૧૪ ॥

શબ્દાર્થ : - નચિકેતઃ હે નચિકેતા, સ્વર્ગ્યમ્ અગ્નિમ્ - સ્વર્ગ આપનારી અગ્નિ વિદ્યાને, પ્રજાનન્ - સારી રીતે જાણનારો હું, તે પ્રબ્રવીમિ - તમને સારી રીતે કહી બતાવું છું, તત્ ઉ મે નિબોધ - તેને મારી પાસેથી સારી રીતે સમજી લો, ત્વમ્ એતમ્ - તમે આ અગ્નિને, અનન્ત લોકાપ્તિમ્ - અવિનાશી લોકની પ્રાપ્તિ કરાવનારી, પ્રતિષ્ઠામ્ - તેના આધાર સ્વરૂપ, અયો - અને, ગુહાયામ્ નિહિતમ્ - બુદ્ધિરૂપ ગુફામાં છુપાયેલી, વિદ્ધિ - જાણો.

લોકાદિમગ્નિં તમુવાચ તસ્મૈ યા ઇષ્ટકા યાવતીર્વા યથા વા ।

સ ચાપિ તત્પ્રત્યવદદ્યથોક્ત મથાસ્ય મૃત્યુઃ પુનરેવાહ તુષ્ટઃ ॥ ૧૫ ॥

શબ્દાર્થ : તમ્ લોકાદિમ્ - તે સ્વર્ગ લોકના હેતુરૂપ, અગ્નિમ્ - અગ્નિવિદ્યાનો, તસ્મૈ ઉવાચ - નચિકેતાને ઉપદેશ આપ્યો, યાવા યાવતીઃ - તેમાં કુંડ વગેરે બનાવવા માટે જે જે અને જેટલી, ઇષ્કાઃ - ઇંટો વગેરેની આવશ્યકતા હોય છે, વા યથા - ને જે રીતે તેને ગોઠવવામાં આવે છે, ચ સઃ અપિ - ને તે નચિકેતાએ પણ, તત્ યથોક્તમ્ - તે જેવી રીતે સાંભળ્યું હતું, બરાબર તેવી જ રીતે સમજીને, પ્રત્યવદત્ - યમરાજને કહી સાંભળાવ્યો, અથ - ત્યાર પછી, મૃત્યુઃ અસ્ય તુષ્ટઃ - યમરાજ તેના પર સંતુષ્ટ થઈને, પુનઃ એવ આહ - ફરીથી બોલ્યો,

શ્લોક નંબર : ૧૪/૧૫ નો ભાવાર્થ -

ભાવાર્થ : યમરાજાએ નચિકેતાને અગ્નિવિદ્યાનું સંપૂર્ણજ્ઞાન આપ્યું અને સમજાવ્યું કે આ અગ્નિને તું બુદ્ધિમાન માણસોની બુદ્ધિમાં રહેતો જાણ, અર્થાત્ અગ્નિવિદ્યા શીખવા માટે તું તારી બુદ્ધિનો ઉપયોગ કર.

વિવેચન : અગ્નિવિદ્યા એટલે ભૌતિક જીવન સમૃદ્ધ કરવા માટે ભૌતિક જગતના નિયમો જાણવા અને તેનો ઉપયોગ કરી, પૃથ્વીમાં રહેલી

સમૃદ્ધિ જેવી કે અન્ન, ધાતુ, લાકડું, રાસાયણો, તત્ત્વો તેમજ અન્ય સાધન સામગ્રીનો વૈજ્ઞાનિક રીતે ઉપયોગ કરવા માટે જરૂરી જ્ઞાન (આર્ટ્સ, સાયન્સ, કૉમર્સ, એન્જિનિયરિંગ, મેડિકલ, મેનેજમેન્ટ વગેરેનું જ્ઞાન મેળવવું તે અગ્નિ વિદ્યા છે.)

તમબ્રવીત્પ્રીયમાણો મહાત્મા વરં તવેહાદ્ય દદામિ ભૂયઃ ।
તવૈવ નામ્ના ભવિતાયમગ્નિઃ સૃઙ્કાં ચેમાનનેકરૂપાં ગૃહાણ ॥ ૧૬ ॥

શબ્દાર્થ : **પ્રીયમાણઃ** પ્રસન્ન થયેલા, **મહાત્મા** - મહાત્મા યમરાજ, **તમ્** - તે નચિકેતા પ્રતિ, **અબ્રવીત્** - બોલ્યા, **અદ્ય** - હવે હું, **તવ** - તને, **ઇહ** - અહીં, **ભૂયઃ વરમ્** - ફરીથી આનું વરદાન, **દદામિ** - આપું છું કે, **અયમ્ અગ્નિઃ** - આ અગ્નિ, **તવ એવ નામના** - તારા જ નામથી, **ભવિતા** - પ્રસિદ્ધ થશે, **ચ ઇમામ્** - ને આ, **અનેકરૂપામ્ સૃઙ્કામ્** - અનેક રૂપોવાળી રત્નોની માળા પણ, **ગૃહાણ** - સ્વીકાર કર.

ભાવાર્થ : યમરાજાએ નચિકેતાને અગ્નિ વિદ્યાનું સંપૂર્ણ જ્ઞાન તો આપ્યું પણ વધારામાં એક નવું વરદાન પણ આપ્યું કે આ વિદ્યા હવે પછી તમારા નામથી પણ ઓળખાશે. તેનું નામ નાચિકેત અગ્નિ કહેવાશે.

ત્રિણાચિકેતસ્ત્રિભિરેત્ય સન્ધિં ત્રિકર્મકૃત્તરતિ જન્મમૃત્યૂ ।
બ્રહ્મજજ્ઞં દેવમીડ્યં વિદિત્વા નિચાય્યેમા શાન્તિમત્યન્તમેતિ ॥ ૧૭ ॥

શબ્દાર્થ : **ત્રિણાચિકેતઃ** - આ અગ્નિનું ત્રણવાર અનુષ્ઠાન કરનારો, **ત્રિભિઃ સધિમ્ એત્ય** - ત્રણેની સાથે સંબંધ જોડીને, **ત્રિકર્મકૃત્** - યજ્ઞ, દાન અને તપ ત્રણ રૂપ ત્રણે કર્મોને નિષ્કામ ભાવે કરતો રહેનારો માણસ, **જન્મમૃત્યુ તરતિ** - જન્મ-મૃત્યુથી તરી જાય છે, **બ્રહ્મ જજ્ઞમ્** - બ્રહ્માથી ઉત્પન્ન થયેલ સૃષ્ટિને જાણનારા, **ઈડ્યમ્ દેવમ્** - સ્તુતિ કરવા યોગ્ય આ અગ્નિદેવને, **વિદિત્વા** - જાણીને, - નિચાય્ય એની નિષ્કામભાવથી પસંદગી કરીને, **ઇમાન્ અત્યન્તમ શાન્તિમ્ એતિ** - આ અનંત શાંતિને પામે છે,

ત્રિણાચિકેતસ્ત્રયમેતદ્વિદિત્યા ય એવં વિદ્વાઙ્શ્ચિનુતે નાચિકેતમ્ ।
સ મૃત્યુપાશાન્પુરતઃ પ્રણોદ્ય શોકાગિતો મોદતે સ્વર્ગલોકે ॥ ૧૮ ॥

શબ્દાર્થ : एतत् त्रयम् - ઈંટોનું સ્વરૂપ, સંખ્યા અને અગ્નિની પસંદગીની વિધિ આ ત્રણે વાતોને, **विदित्वा** - જાણીને, **त्रिणाचिकेत:** - ત્રણ વાર નાચિકેત અગ્નિ વિદ્યાનું અનુષ્ઠાન કરનારો અને, **य: एवम्** - જે કોઈપણ આ પ્રમાણે, **विद्वान्** - જાણનારો પુરુષ, **नाचिकेतम्** - આ નાચિકેત અગ્નિની, **चिनुते** - ગોઠવણ કરે છે, **मृत्यपाशान्** - તે માણસ મૃત્યુના પાશને, **पुरत:** **प्रणोध** - પોતાની આગળ જ કાપી નાખીને, **शोकागित:** - શોકથી તરી જઈને, **मोदते** - સ્વર્ગ લોકમાં આનંદ અનુભવે છે,

શ્લોક નંબર : ૧૭/૧૮ નો ભાવાર્થ -

ભાવાર્થ : જે વ્યક્તિ નાચિકેત અગ્નિવિદ્યાનો ત્રણ વાર ઉપયોગ કરે છે. અર્થાત જે ભૌતિક જીવનના નિયમોને જાણે છે અને સમજે છે તથા તેનો ઉપયોગ કરે છે તે મૃત્યુથી તરી જાય છે એટલે કે શાંતિપૂર્વક સમૃદ્ધ ભૌતિક જીવન જીવે છે.

વિવેચન : અગ્નિવિદ્યા એટલે અપરાવિદ્યા અથવા ભૌતિક વિદ્યા. કાર્ય, કુશળતા, હુનર, ઉદ્યોગ અને કોઈપણ વ્યવસાય સફળતાપૂર્વક કરવા માટે માલ સામાનની ગુણવત્તા, જરૂરિયાત પ્રમાણેનો જથ્થો અને પર્યાવરણને નુકસાન ન કરે તે પ્રમાણેની પ્રક્રિયાનું વિધિવત શિક્ષણ લેવું જરૂરી છે. તેના દ્વારા જ મનુષ્ય અન્ન, વસ્ત્ર, આશ્રય તથા જીવનોપયોગી વસ્તુઓ મેળવી સુખપૂર્વક જીવી શકે છે. સમૃદ્ધ ભૌતિક જીવન જીવવા માટે ભૌતિક શિક્ષણ લેવું આવશ્યક છે. તેથી નચિકેતા અગ્નિવિદ્યા જાણવાનો આગ્રહ રાખે છે. યમરાજા પ્રસન્ન થઈને નચિકેતાને આ વરદાન આપતાં કહે છે કે, ભવિષ્યમાં આ વિદ્યા "નાચિકેત અગ્નિ" ને નામે ઓળખાશે.

એષ તેઽગ્નિર્નચિકેતઃ સ્વર્ગ્યો યમવૃણીથા દ્વિતીયેન વરેણ ।
એતમગ્નિં તવૈવ પ્રવક્ષ્યન્તિ જનાસસ્તૃતીયં વરં નચિકેતો વૃણીષ્વ ॥ ૧૯ ॥

શબ્દાર્થ : **નચિકેતઃ** - હે નચિકેતા, **એષઃ તે** - આ તમને બતાવેલી, **સ્વર્ગ્યઃ અગ્નિઃ** - સ્વર્ગ આપનારી વિદ્યા છે, **યમ્ દ્વિતીયેન વરેણ અવૃણીથાઃ** - જેને તમે બીજા વરદાનથી માગી હતી, **એતમ્ અગ્નિન્** - આ અગ્નિને, **જનાસઃ** - માણસો, **તવ એવ** - તમારા જ નામથી, **પ્રવક્ષ્યન્તિ** - ઓળખશે, **નચિકેતઃ** - હે નચિકેતા, **તૃતીયમ્ વરં વૃણીધ્વ** - ત્રીજું વરદાન માગી લો,

ભાવાર્થ : યમરાજાએ કહ્યું નચિકેતા તારાં બે વરદાન પૂરાં થયાં છે, હવે તું ત્રીજું વરદાન માગી લે.

યેયં પ્રેતે વિચિકિત્સા મનુષ્યેઽસ્તીત્યેકે નાયમસ્તીતિ ચૈકે ।
એતદ્વિદ્યામનુશિષ્ટસ્ત્વયાહં વરાણામેષ વરસ્તૃતીયઃ ॥ ૨૦ ॥

શબ્દાર્થ : **પ્રેતે મનુષ્યે** - મરી ગયેલા માણસના વિષયમાં, **યા ઇયમ્** - જે આ, **વિચિકિત્સા** - સંશય છે, **એકે (આહુઃ) અયમ્ અસ્તિ ઇતિ** - કોઈ તો એમ કહે છે કે મર્યા પછી આ આત્મા રહે છે, **ચ એકે (આહુઃ) ન અસ્તિ ઇતિ** - ને વળી કોઈ એમ કહે છે કે નથી રહેતો, **ત્વયા અનુશિષ્ટઃ** - આપ દ્વારા ઉપદેશ પામી, **અહમ્ એતત્ વિદ્યામ્** - હું એનો નિર્ણય સારી પેઠે સમજી લઉં, **એષઃ વરાણામ્** - આ જ ત્રણે વરદાનમાંથી, **તૃતીયઃ વરઃ** - ત્રીજું વરદાન છે.

ભાવાર્થ : નચિકેતાએ યમરાજને કહ્યું કે આપ મને સમૃદ્ધ જીવન કેમ જીવવું તે સમજાવ્યું, પણ આપ તો મૃત્યુના દેવ છો, માટે મને ત્રીજું વરદાન એટલે મૃત્યુ પછીનું રહસ્ય સમજાવો, કારણ કે ભૌતિક જીવન વિશે સામાન્ય માણસ કલ્પના કરી શકે છે પરંતુ મૃત્યુ પછીના જીવનની કોઈ કલ્પના કરી શકતું નથી, માટે જ વિદ્વાનોમાં પણ મત મતાંતર રહે છે કે મૃત્યુ પછી

જીવન છે કે નહીં? જેના કારણે આ સમાજમાં ચાર્વાક (ભોગવાદી) વિચાર-સરણીવાળા ખૂબ ફૂલે ફાલે છે અને સમાજને બહુ મોટું નુકસાન કરે છે.

દેવૈરત્રાપિ વિચિકિત્સિતં પુરા ન હિ સુવિજ્ઞેયમણુરેષ ધર્મઃ ।

અન્યં વરં નચિકેતો વૃણીષ્વ મા મોપરોત્સીરિતિ મા સૃજૈનમ્ ॥ ૨૧ ॥

શબ્દાર્થ : **નચિકેતઃ** - હે નચિકેતા, **અત્ર પુરા** - આ વિષયમાં અગાઉ, **દેવૈઃ અપિ** - દેવતાઓએ પણ, **વિચિકિત્સિતમ્** - સંદેહ કર્યો હતો, **હિ એષઃ ધર્મઃ અણુઃ** - કેમ કે આ વિષય અતિ સૂક્ષ્મ છે, **ન સુવિજ્ઞેયમ્** - સહજ સમજાય તેવો નથી, **અન્યમ્ વરમ્ વૃણીષ્વ** - તમે બીજું વરદાન માંગી લો, **મા મા ઉપરોત્સીઃ** - મારા પર દબાણ કરશો નહીં, **એનમ્ મા** - આ બ્રહ્મજ્ઞાન સંબંધી વરદાન મને, **અતિસુજ** - પાછું આપી દો.

ભાવાર્થ : યમરાજાએ કહ્યું આ વિષય દેવતાઓ (શક્તિશાળી શ્રેષ્ઠ પુરુષો) ને પણ સમજમાં આવતો નથી. તું હજી બાળક છે, જેથી તને પણ સમજમાં આવશે નહીં, માટે આ બ્રહ્મજ્ઞાન (પરાવિદ્યા) સંબંધી જ્ઞાન વિશેનું વરદાન તું મને પાછું આપી દે.

દેવૈરત્રાપિ વિચિકિત્સિતં કિલ ત્વં ચ મૃત્યો યન્ન સુજ્ઞેયમાત્થ ।

વક્તા ચાસ્યત્વાદૃગન્યો ન લભ્યો નાન્યો વરસ્તુલ્ય એતસ્ય કશ્ચિત્ ॥ ૨૨ ॥

શબ્દાર્થ : **મૃત્યો** - હે યમરાજ, **ત્વમ્ યત્ આત્થ** - આપે જે એમ કહ્યું કે, **અત્ર કિલ દેવૈઃ અપિ** - આ વિષિય પર દેવતાઓએ પણ, **વિચિકિત્સિતમ્** - વિચાર કર્યો હતો, **ન ચ સુવિજ્ઞેયમ્** - તેમ જ આ સહેલાઈથી સમજ કે જાણી શકાય તેવો પણ નથી, **ચ** - એ સિવાય, **અસ્ય વક્તા** - આ વિષય કહેનારો પણ, **ત્વાદૃક્** - આપના જેવો, **અન્યઃ ન લભ્યઃ** - બીજો કોઈ મળે તેમ નથી, **અતઃ** - આથી મારી સમજ પ્રમાણે તો, **એતસ્ય તુલ્યઃ** - એના જેવું, **અન્ય કશ્ચિત્** - બીજું કોઈપણ, **વરઃ ન** - વરદાન નથી.

ભાવાર્થ : નચિકેતાએ કહ્યું કે આ વિષયમાં સમાજના મોટા ભાગના માણસો મૂંઝવણમાં છે અને તેઓ નિર્ણય કરી શક્યા નથી અને આપ જેવા વિદ્વાન મને ભવિષ્યમાં મળશે પણ નહીં માટે હું મારા આ વરદાન બાબતમાં મક્કમ છું.

શતાયુષઃ પુત્રપૌત્રાન્વૃણીષ્વ બહૂન્પશૂન્હસ્તિહિરણ્યમશ્વાન્ ।

ભૂમેર્મહદાયતનં વૃણીષ્વ સ્વયં ચ જીવ શરદો યાવદિચ્છસિ ॥ ૨૩ ॥

શબ્દાર્થ : **શતાયુષઃ પુત્રપૌત્રાન્** - સૌ વર્ષના આયુષ્યવાળા પુત્રપૌત્રાદિ તથા, **બહૂન્ પશૂન્** - ઘણાં ગાય વગેરે પશુઓને, **હસ્તિહિરણ્યમ્** - હાથી, સોનું અને, **અશ્વાન્ વૃણીષ્વ** - ઘોડાઓને માગી લો, **ભૂમે મહત્ આયતનમ્** - ઘણા વિસ્તારવાળા ભૂમંડળને, **વૃણીષ્વ** - માગી લો, **સ્વયમ્ ચ** - ને તમે પોતે પણ, **યાવત્ શરદઃ** - જેટલાં વર્ષો સુધી, **ઈચ્છસિ** - ઈચ્છો, તેટલાં વર્ષો, **જીવઃ** - જીવતા રહો.

ભાવાર્થ : નચિકેતાની પરીક્ષા કરવા માટે યમરાજાએ તેને ભૌતિક જીવનની તમામ બાબતોની લાલચ આપી, જેવી કે ૧૦૦ વર્ષના આયુષ્યવાળા પુત્ર-પુત્રાદિ, હાથી, ઘોડા, ગાય વગેરે અસંખ્ય પશુ અને સંપતિ આપવાનું કહ્યું. ઘણા વિસ્તારવાળા ભૂમંડળને માગી લો. સુંદર અપ્સરાઓ અને રાજપાટ માગી લો. જેટલું જીવવું હોય તેટલું લાંબુ આયુષ્ય માગી લો. અઢળક સંપત્તિ મેળવી ને મોજ મજા કરો.

એતત્સુલ્યં યદિ મન્યસે વરં વૃણીષ્વ વિત્તં ચિરજીવિકાં ચ ।

મહાભૂમૌ નચિકેતસ્ત્વમેધિ કામાનાં ત્વા કામભાજં કરોમિ ॥ ૨૪ ॥

શબ્દાર્થ : **નચિકેતઃ** - હે નચિકેતા, **વિત્તમ્ ચિરજીવિકામ્** - ધન સંપત્તિ અને અંતકાળ સુધી રહેનારી આજીવિકાને, **યદિ ત્વમ્** - જો તમે, **એતત્ તુલ્યમ્** - આ આત્મજ્ઞાનવિષયક વરદાન સમાન, **વરમ્ મન્યસે** - વરદાન માનતા હો

તો, **વૃણીષ્વ** - માગી લો, **ચ મહાભૂમૌ** - તમે આ પૃથ્વીલોકમાં, **એધિ** - મહાન સમ્રાટ બનો, **ત્વા કામાનામ્** - તમને સર્વ ઉત્તમ ભોગોમાંના, **કામભારમ્** - અતિ ઉત્તમ ભોગોને ભોગવનાર, **કરોમિ** - બનાવી દઉં છું,

ભાવાર્થ : વધુમાં યમરાજાએ લાલચ આપતાં કહ્યું કે તું અનંતકાળ સુધી રહેનારી આજીવિકા માગી લે, ભૂમંડળનું સામ્રાજ્ય માગી લે અને મહાન સમ્રાટ બનો. અનંત જીવન માગી લો. તમામ પ્રકારના ઉત્તમ ભોગો માગી લો. આત્મજ્ઞાન વિષયક વરદાન સમાન જે કંઈ જોઈએ તે માગી લો, પણ આ ત્રીજું વરદાન મને પાછું આપી દો.

ये ये कामा दुर्लभा मर्त्यलोके सर्वान्कामाꣳश्छन्दतः प्रार्थयस्व ।
इमा रामाः सरथाः सतूर्या न हीदृशा लम्भनीया मनुष्यैः ।
आभिर्मत्प्रत्ताभिः परिचारयस्व नचिकेतो मरणं मानुप्राक्षीः ॥ २५ ॥

શબ્દાર્થ : - **ये ये कामाः** જે જે ભોગો, **मृत्र्यलोके** - મનુષ્યલોકમાં, **दुर्लभाः** - દુર્લભ છે, **सर्वान् कामान्** - તે સર્વ ભોગોને, **छन्दतः प्रार्थयस्व** - મરજી પ્રમાણે માગી લો, **सरथाः सतूर्याः इमाः रामाः** - રથ અને વિવિધ પ્રકારનાં વાજિંત્રો સાથે આ સ્વર્ગની અપ્સરાઓને, **मनुष्यैः इदृशाः** - મનુષ્યોને આવી સ્ત્રીઓ, **लम्भनीयाः** - પ્રાપ્ત થઈ શકતી નથી, **मत्प्रत्ताभिः** - મારાથી આપાયેલી, **आभिः** - આ સ્ત્રીઓથી, **परिचारयस्व** - તમે તમારી સેવા કરાવો, **नचिकेतः** - હે નચિકેતા, **मरणम्** - મર્યા પછી આત્માનું શું થાય છે આ વાત, **मा अनुप्राक्षीः** - પૂછશો નહીં,

ભાવાર્થ : વધુમાં લાલચ આપતાં કહ્યું કે સ્વર્ગની અપ્સરાઓ પણ માગી લો અને તમારી કલ્પનામાં આવે તે બધી જ કામનાઓ માગી લો, પણ આત્મજ્ઞાન સંબંધી પરાવિદ્યાનું વરદાન માગવાનું છોડી દો.

વિવેચન : આપણા જીવનમાં યમરાજા વરદાન આપવા માટે આવે નહીં પરંતુ આપણે વ્યવસાયમાં સફળ થઈએ અને સામાન્ય માણસ કરતાં

વધુ કમાઈએ ત્યારે આપણે તે આવકમાંથી મોજ - શોખનાં સાધનો મેળવી શકીએ. જો આપણે તે સાધનોમાં જ રચ્યા પચ્યા રહીએ તો આપણને માનસિક શાંતિ અને આનંદ મળી શકે નહીં. માટે આપણને પણ ગમે તેટલી સમૃદ્ધિ મળેલી હોય તો પણ આપણે સાદું જીવન જીવવાનો નિર્ણય કરીને સમાજના જરૂરિયાતવાળા માણસોને મદદરૂપ થઈને સતત પ્રભુમાં ચિત્ત પરોવવું જોઈએ.

શ્વોભાવા મર્ત્યસ્ય યદન્તકૈતત્સર્વેન્દ્રિયાણાં જરયન્તિ તેજઃ ।

અપિ સર્વ જીવિતમલ્પમેવ તતૈવ વાહાસ્તવ નૃત્યગીતે ॥ ૨૬ ॥

શબ્દાર્થ : અન્તક - હે યમરાજ, શ્વોભાવાઃ - ક્ષણભંગુર ભોગ, મર્ત્યસ્ય - મનુષ્યના, સર્વેન્દ્રિયાણામ્ - અંતઃકરણ સહિત સર્વ ઇન્દ્રિયોનું, **યત્** તેજઃ - જે તેજ છે, એતત્ - એને, જરયન્તિ - ક્ષીણ કરી નાખે છે, અપિ સર્વમ્ - એ ઉપરાંત સઘળું, જીવિતમ્ - આયુષ્ય ભલેને તે ગમે તેટલું કાં ન હોય, અલ્પમ્ એવઃ - ઓછું જ છે, માટે, તવ વાહાઃ - આ આપના રથ વગેરે વાહનો, અને, નૃત્યગીતે - આ અપ્સરાઓનાં નાચ ગાન, તવ એવ - આપની પાસે જ રહેવા દો.

ભાવાર્થ : નચિકેતાએ કહ્યું આપે સૂચવેલા તમામ ભોગો ક્ષણિક છે. આ શરીર પણ ક્ષણભંગુર છે, જે ભોગને કારણે અંતઃકરણ અને ઇન્દ્રિયોનું જે તેજ છે તેને ક્ષીણ કરી નાખે છે. જેથી આયુષ્ય ગમે તેટલું હોય પરંતુ તે અલ્પ જ છે. માટે આપે વર્ણવેલા ભોગ, અપ્સરાઓનાં નાચ, ગાન કોઈ જ કામનાં નથી, તેને તમારી પાસે જ રહેવા દો. મને તો જે નિત્ય હોય તેનું જ જ્ઞાન આપો.

ન વિત્તેન તર્પણીયો મનુષ્યો લપ્સ્યામહે વિત્તમદ્રાક્ષ્મ ચેત્ત્વા ।

જીવિષ્યામો યાવદીશિષ્યસિ ત્વં વરસ્તુ મે વરણીયઃ સ એવ ॥ ૨૭ ॥

શબ્દાર્થ : **મનુષ્ય:** - મનુષ્યને, **વિત્તેન** - ધનથી, **તર્પણીય: ન** - ક્યારેય તૃપ્ત કરી શકાતો નથી, **ચેત્** - જ્યારે **ત્વા અદ્રાક્ષમ** - આપનાં દર્શન કરી લીધાં છે, **વિત્તમ્** - ધનને, **લપ્સ્યામહે** - અવશ્ય પામીશું જ, **ત્વમ્ યાવત્** - આપ જ્યાં સુધી, **ઈશિષ્યસિ** - શાસન કરતા રહેશો, ત્યાં સુધી તો, **જીવિષ્યામ:** - અમે જીવતા રહીશું, **મે વરણીય: વર: તુ** - મારે માટે માગવા લાયક વરદાન તો, **એવ** - તે જ છે.

ભાવાર્થ : આપે જે પ્રલોભનો આપ્યાં તે તમામ અપરાવિદ્યામાં આવે છે અને તેનું જ્ઞાન તો તમે અમને આપી ચૂક્યા છો અને તમારી મારા પર કૃપા હોય તો તે બધું મને મળવાનું જ છે, માટે હવે ફરીથી માગવાનો શો અર્થ ? માટે આપને જો આપવું હોય તો પરાવિદ્યાનું જ્ઞાન આપો. તે સિવાય હું બીજું કોઈ વરદાન માગવાનો નથી.

અજીર્યંતામમૃતानामुपेत्य जीर्यन्मर्त्य: क्वधः स्थः प्रजानन् ।
अभिध्यायन्वर्णरतिप्रमोदानतिदीर्घे जीविते को रमेत ॥ ૨૮ ॥

શબ્દાર્થ : **જીર્યન્ મર્ત્ય:** - આ મનુષ્ય જીર્ણ થનારો અને મરણધર્મા છે, **પ્રજાનન્** - આ તત્ત્વને સારી રીતે સમજનારો, **ક્વધઃસ્થઃ** - મનુષ્યલોકનો, **ક:** - કોણ માણસ છે ? **અજીર્યંતામ્** - ઘડપણથી રહિત, **અમૃતાનામ્** - ન મરનારા મહાત્માઓનો, **ઉપેત્ય** - સંગ પામીને પણ, **વર્ણરતિપ્રમોદાન્** - સૌંદર્ય, ક્રીડા અને આમોદપ્રમોદનું, **અભિધ્યાયન્** - વારંવાર ચિંતન કરતો, **અતિદીર્ઘે** - ઘણા સમય સુધી, **જીવિતે** - જીવિત રહેવામાં, **રમેત** - આનંદ માણશે,

ભાવાર્થ : વધુમાં નચિકેતાએ કહ્યું કે આપ જેવા મહાપુરુષના દર્શન થયા પછી પણ સ્ત્રીઓના સૌંદર્ય કે ભૌતિક સુખોથી આનંદ મળે એવું કોઈ મૂર્ખ માણસ પણ ન વિચારે માટે મને પરાવિદ્યાનું જ્ઞાન આપો.

यस्मिन्निदं विचिकित्सन्ति मृत्यो यत्साम्पराये महति ब्रूहि नस्तत् ।
योऽयं वरो गूढमनुप्रविष्टो नान्यं तस्मान्नचिकेता वृणीते ॥ ૨૯ ॥

શબ્દાર્થ : **मृत्यो** - હે યમરાજ, **यस्मिन् महति साम्पराये** - જે મહાન આશ્ચર્યમય પરલોક સંબંધી આત્મજ્ઞાનના વિષયમાં, **ईदम् विचिकित्सन्ति** - એવી શંકા કરે છે કે મરણ પામ્યા પછી આ આત્મા રહે છે કે નહીં, **तत्र यत्** - એ વિષે જે નિર્ણય હોય, **तत् नः ब्रूहि** - તે આપ મને કહો, **यः अयम्** - જે આ, **गूढम् अनुप्रविष्टः वरः** - અત્યંત ગંભીરતાને પ્રાપ્ત થયેલ જે વરદાન છે, **तस्मात्** - તેનાથી, **अन्यम्** - બીજું વરદાન, **नचिकेता** - નચિકેતા, **न वृणीते** - માંગતો નથી.

ભાવાર્થ : વધુમાં નચિકેતાએ કહ્યું કે પૃથ્વી પરના તમામ જીવોને આત્મા વિશેનું જ્ઞાન ન હોવાને કારણે, ભૌતિક જીવનની ભોગવાસનાઓમાં ફસાયેલા રહે છે. ઉપયોગમાં આવે તેવું પરાવિદ્યાનું જ્ઞાન આપવા માટે આપ સમર્થ હોવાને કારણે અને મારી પર આપની કૃપા હોવાના કારણે મને તે જ્ઞાન આપો. આ વરદાનની બાબતમાં હું કોઈ બાંધછોડ કરવાનો નથી. આપને વચનભંગ કરવું હોય તો છૂટ છે.

નચિકેતાએ તેની મક્કમતા યમરાજ સમક્ષ પ્રદર્શિત કરી.

અધ્યાય - ૧ વલ્લી - ૨

અન્યચ્છ્રેયોઽન્યદુતૈવ પ્રેયસ્તે ઉભે નાનાર્થે પુરુષ‌ંસિનીતઃ ।
તયોઃ શ્રેય આદદાનસ્ય સાધુર્ભવતિ હીયતેઽર્થાદ્ય ઉ પ્રેયો વૃણીતે ॥ ૧ ॥

શબ્દાર્થ : શ્રેયઃ - કલ્યાણ કરે તેવું, લાભદાયક, **અન્યત્** - એ જુદું છે, ઉત - અને, **પ્રેયઃ** - પ્રિય લાગે તેવું, આપણને ગમે તેવું, **અન્યત્ એવ** - એ પણ જુદું છે, એટલે શ્રેયથી ભિન્ન છે, **તે** - તે, **નાનાર્થે** - જુદાં જુદાં ફળ આપનારાં છે, **ઉભે** - બન્ને સાધનો, **પુરુષમ્** - મનુષ્યને, **સિનતઃ** - બાંધે છે, **તયોઃ** - આ બન્નેમાંથી, **આદદાનસ્ય** - ગ્રહણ કરનારનું, **સાધુઃ ભવતિ** - કલ્યાણ થાય છે, **ઉ ચઃ** - પરંતુ જે, **પ્રેયઃ વૃણીતે** - સાંસારિક સુખો માટે પોતાને પ્રિય એવાં ઉન્નતિનાં સાધનોનો જ સ્વીકાર કરે છે, **સઃ** - તે, **અર્થાત્** - યથાર્થ લાભથી, **હીયતે** - ભ્રષ્ટ થઈ જાય છે.

ભાવાર્થ : પ્રેય એટલે પ્રિય લાગે તેવું અને શ્રેય એટલે જે હિતકારી હોય તેવું. પ્રેય અને શ્રેયના અર્થ જુદા છે. આપણને મજા પડે, ગમે તે પ્રેય અને આપણું કલ્યાણ કરે તેવું એ શ્રેય.

વિવેચન : મુંડક ઉપનિષદમાં સમજાવ્યા પ્રમાણે શિક્ષણના બે ભાગ પડે - અપરાવિદ્યા અને પરાવિદ્યા. આપણું ભૌતિક જીવન સમૃદ્ધ કરે, જેવું કે અન્ન, વસ્ત્ર અને રહેઠાણ માટેની સમજ આપે તેને અપરાવિદ્યા કહે છે જેને ઋષિ પ્રેય કહે છે, એટલા માટે કે સારું (સામાન્ય) જીવન જીવવા માટે જરૂરી છે. આ જ વાતને ઈશ ઉપનિષદમાં કર્મ (અવિદ્યા) ના નામથી ઓળખાવી.

આપણું સૂક્ષ્મ સ્વરૂપ અને પરમાત્મા વિશેનું જ્ઞાન જે પરાવિદ્યા છે તેને ઋષિ શ્રેય કહે છે. હવે આપણે જયારે જીવન જીવીએ છીએ ત્યારે શ્રેય અને પ્રેય બંનેની વાત આપણી સામે આવે છે અને આપણે નિશ્ચય કરવાનો છે કે કોને મહત્ત્વ આપવું. મોટા ભાગે આપણે યોગક્ષેમ (ભવિષ્યના ભરણ

પોષણની ચિંતા) ને ધ્યાનમાં લઈને પ્રેય પસંદ કરીએ છીએ, એટલે કે આપણે પૂરે પૂરા વ્યવહારુ બની જઈએ છીએ, તે સમયે આપણું લાંબા ગાળાના લાભ તરફ ધ્યાન જતું નથી. હવે ઋષિ એવું સમજાવે છે કે જે શ્રેયને પસંદ કરે છે તેનું કલ્યાણ થઈ જાય છે અને જે પ્રેયને પસંદ કરે છે તે ભૌતિક સાધનો મેળવી લે છે, પરંતુ મનની શાંતિ અને આનંદ તથા અન્ય વ્યક્તિઓનો પ્રેમ, જ્ઞાન, લાગણી, હૂંફ વગેરે મેળવી શકતો નથી. તે જીવનમાં ઉચ્ચ ક્ષિતિજે પહોંચી શકતો નથી.

શ્રેયશ્ચ પ્રેયશ્ચ મનુષ્યમેતસ્તૌ સમ્પરીત્ય વિવિનક્તિ ધીરઃ ।

શ્રેયો હિ ધીરોઽભિ પ્રેયસો વૃણીતે પ્રયો મન્દો યોગક્ષેમાદ્ વૃણીતે ॥ ૨ ॥

શબ્દાર્થ : - **શ્રેયઃ ચ પ્રેયઃ ચ** શ્રેય અને પ્રેય આ બંને, **મનુષ્યમ્ અતઃ** - મનુષ્યની આગળ આવે જ છે, **ધીરઃ** - બુદ્ધિમાન માણસ, **તૌ** - એ બન્નેના સ્વરૂપ પર, **સમ્પરીત્ય** - સારી પેઠે વિચાર કરીને, **વિવિનક્તિ** - તેમને જુદાં જુદાં સમજી લે છે, **ધીરઃ** - તે શ્રેષ્ઠ બુદ્ધિવાળો માણસ, **શ્રેયઃ હિ** - પરમ કલ્યાણના સાધનને જ, **પ્રેયસઃ** - પ્રેય કરતાં શ્રેયને, **અભિવૃણીતે** - ગ્રહણ કરે છે, **મન્દઃ** - મંદબુદ્ધિવાળો માણસ, **યોગક્ષેમાત્** - લૌકિક યોગક્ષેમની કામનાથી, **પ્રેય વૃણીતે** - ભોગના સાધનરૂપ પ્રેયને અપનાવે છે.,

ભાવાર્થ : શ્રેય અને પ્રેય એકબીજાથી જોડાયેલાં હોય છે, એટલે કે ભૌતિક જીવન અને આધ્યાત્મિક જીવન પરસ્પર ભળેલાં હોય છે. જેવી રીતે શરીર અને આત્મા એક બીજા સાથે જોડાયેલાં છે. સામાન્ય વ્યક્તિ માટે એ નિશ્ચિત કરવું મુશ્કેલ બને છે કે તેણે પોતે લીધેલો નિર્ણય અથવા સામેની વ્યક્તિએ લીધેલા નિર્ણયને કારણે તેને શું મળશે ? ભૌતિક સમૃદ્ધિ કે મનની શાંતિ ? જો નિર્ણય આત્મા દ્વારા લેવાયો હોય તો ભૌતિક સમૃદ્ધિની સાથે શાંતિ અચૂક મળે જ. પણ આત્માની ઉપેક્ષા કરીને નિર્ણય લેવાયો હોય તો ભૌતિક સમૃદ્ધિ અને સત્તા મળી શકે પણ શાંતિ અને આનંદ કોઈ પણ

હિસાબે મળી શકે નહીં. અહીં ઋષિ એ સમજાવે છે કે વિવેકી માણસ મનની શાંતિને પૂરું મહત્ત્વ આપીને ફક્ત શ્રેયને જ પસંદ કરે છે અને અજ્ઞાની માણસ સુખ-સગવડની ચિંતાથી ફકત પ્રેયને જ પસંદ કરે છે. અને પછી સમૃદ્ધ જીવન તો મેળવે છે પણ શાંતિ અને આનંદના ભોગે તથા ચારે બાજુથી ઉપેક્ષિત થઈ હલકા પ્રકારનું જીવન જીવે છે.

स त्वं प्रियान्प्रियरूपाꣳश्च कामानभिध्यान्नचिकेतोऽत्यस्राक्षीः ।
नैताꣳसृङ्कां वित्तमयीमवाप्तो यस्यां मज्जन्ति बहवो मनुष्याः ॥ ३ ॥

શબ્દાર્થ : **नचिकेतः** - હે નચિકેતા, **सः त्वम्** - તમે, **प्रियान् च** - પ્રિય લાગનાર અને, **प्रियरूपान्** - અત્યંત સુંદર રૂપવાળા, **कामान्** - આ લોક અને પરલોકના સઘળા ભોગોને, **अभिध्यायन्** - સારી પેઠે વિચાર કરીને, **अत्यस्राक्षी** - તમે છોડી દીધા, **एताम् वित्तमयोम् सङ्काम्** - આ સંપત્તિરૂપ સાંકળને, **न अवाप्तः** - પ્રાપ્ત થયા નહીં, **यस्याम्** - જેમાં, **बहवः मनुष्याः** - ઘણા ખરા માણસો, **मज्जन्ति** - ફસાઈ જાય છે.

ભાવાર્થ : યમરાજ નચિકેતાના વખાણ કરતાં કહે છે. કોઈ પણ વ્યક્તિને જેટલી લાલચ આપી શકાય તેટલી તમને આપી. આવી જ રીતે જીવનમાં આપણી સામે પણ ભૌતિક જીવનમાં સમૃદ્ધિ માટેની લાલચો આવતી હોય છે.

વિવેચન : જ્યારે નોકરી કરતાં હોઈએ ત્યારે આપણા માલિક માટે કંઈક ખોટું કરી કંપનીની પ્રગતિની મોટી તકો દેખાતી હોય છે અથવા આપણા ધંધામાં ખોટા નિર્ણયો લઈને સમાજને નુકસાન થાય તેવી રીતે ધંધાના વિકાસની લાલચો (ખૂબ જ સમૃદ્ધિની લાલચો) દેખાતી હોય છે ત્યારે આપણે શું નિર્ણય લઈએ છીએ તે મહત્ત્વનું છે. જો આપણે શ્રેયને પસંદ કરીએ તો ભૌતિક સમૃદ્ધિ ઘટે પણ તેની સામે આંતરિક સમૃદ્ધિ વધે છે તે આપણે સમજી શકતા નથી. આ વાત નચિકેતા ખૂબ સારી રીતે સમજી

ગયા છે અને માટે જ યમરાજ (પરમાત્માના દૂત) તેમના ઉપર ખુશ થઈ ગયા છે. તેવી રીતે આપણે પણ જો આત્માને સાંભળીને નિર્ણયો લઈએ તો ભગવાન આપણા પર ખુશ થાય.

દૂરમેતે વિપરીતે વિષૂચી અવિદ્યા યા ચ વિદ્યેતિ જ્ઞાતા ।

વિદ્યાભીપ્સિનં નચિકેતસં મન્યે ન ત્વા કામા વહવોઽલોલુપન્ત ॥ ૪ ॥

શબ્દાર્થ : યા અવિદ્યા - અવિદ્યા, **ચ વિદ્યા ઇતિ જ્ઞાતા** - અને વિદ્યાના નામથી પ્રસિદ્ધ છે, **એતે** - આ બંને, **દૂરમ્ વિપરીતે** - પરસ્પર અત્યંત વિપરીત, **વિષૂચી** - ભિન્ન ભિન્ન ફળ આપનારી છે, **નચિકેતસમ્** - નચિકેતા, **વિદ્યાભીપ્સિનં મન્યે** - તમને હું વિદ્યાનો જ અભિલાષી માનું છું, **ત્વા બહવ: કામા:** - તમને ઘણા બધા ભોગો, **ન અલોલુપન્ત** - કોઈ રીતે લલચાવી શક્યા નહીં.

ભાવાર્થ : વિદ્યા અને અવિદ્યા બંને વિરુદ્ધ સ્વભાવનાં છે. ભૌતિક જીવનમાં રજો ગુણ અને તમો ગુણ બંને મહત્ત્વનો ભાગ ભજવે છે. જયારે આંતરિક જીવનમાં સત્ત્વગુણ અને ગુણાતીતની સ્થિતિ મોટો ભાગ ભજવે છે. ભૌતિક સમૃદ્ધિ અલ્પમતિ માણસોને તરત જ આકર્ષે છે અને વ્યક્તિ તેનાથી અંજાઈ જાય છે અને તેના પ્રભાવમાં આવી જાય છે. જયારે આંતરિક સમૃદ્ધિ સૂક્ષ્મ હોય છે અને ફકત વિવેકી પુરુષો જ તેને સમજી શકે છે.

પરમાત્માની શક્તિ પણ સૂક્ષ્મ હોવાને કારણે સામાન્ય વ્યક્તિને દેખાતી નથી, માટે મોટા ભાગના માણસો પરાવિદ્યામાં રસ લેતા નથી. અહીં યમરાજા નચિકેતાને કહે છે કે તમે પરાવિદ્યાના પૂર્ણ જિજ્ઞાસુ છો.

અવિદ્યાયામન્તરે વર્તમાના: સ્વયં ધીરા: પણ્ડિતંમન્યમાના: ।

દન્દ્રમ્યમાણા: પરિયન્તિ મૂઢા અન્ધેનૈવ નીયમાના યથાન્ધા: ॥ ૫ ॥

શબ્દાર્થ : અવિદ્યાયામન્તરે વર્તમાના: અવિદ્યામાં રહેવા છતાંય, **સ્વયં ધીરા:** - પોતાની જાતને બુદ્ધિમાન, **પણ્ડિતમ્ મન્યમાના:** - વિદ્વાન માનનારા,

મૂઢાઃ - તે મૂર્ખ માણસો, દન્દ્રમ્યમાણાઃ - વિવિધ યોનિમાં ચારે બાજુ ભટકયા કરી, પરિયન્તિ - બરાબર તેવી જ રીતે અથડાતા રહે છે, યથા - જે રીતે, અન્ધેન એવ નીયમાનાઃ - આંધળા વડે દોરાતા, અન્ધાઃ - આંધળાઓ પોતાના ઈષ્ટ સ્થળે ન પહોંચતાં આમ તેમ ભટકતા - અથડાતા કષ્ટ પામે છે.

ભાવાર્થ : સામાન્ય રીતે પોતાના આત્માની ઉપેક્ષા કરી રજો ગુણ અને તમો ગુણના પ્રભાવ નીચે માણસો ખૂબ જ મહેનત કરતા હોય છે. તેને લીધે તેમને ભૌતિક જીવનમાં સત્તા અને સમૃદ્ધિ મળતાં હોય છે. તેને કારણે તેઓ પોતાને ખૂબ જ હોશિયાર અને શક્તિશાળી માની લે છે. પરંતુ તેમના આ વિકાસ પાછળ તેમની અંદર રહેલા કેટલાક સદ્‌ગુણો છે અને ગયા જન્મના પુણ્ય કર્મોને લીધે પરમાત્માની કૃપા પણ છે તે ભૂલી જાય છે અને કર્મ ફળને વાપરવામાં લાગી જાય છે. પોતાનો અહંકાર વધારી દે છે અને આસુરી વૃત્તિ તરફ ઝડપથી ખેંચાય છે, અને દુઃખી થાય છે.

ન સામ્પરાયઃ પ્રતિભાતિ બાલં પ્રમાદ્યન્તં વિત્તમોહેન મૂઢમ્ ।

અયં લોકો નાસ્તિ પર ઇતિ માની પુનઃ પુનર્વશમાપદ્યતે મે ॥ ૬ ॥

શબ્દાર્થ : **વિત્તમોહેન મૂઢમ્** - આ પ્રમાણે સંપત્તિના મોહથી મૂઢ બનેલાને, **પ્રમાદ્યન્તમ બાલમ્** - હંમેશાં પ્રમાદ કરનારા અજ્ઞાનીને, **સામ્પરાયઃ** - પરલોક, **ન પ્રતિભાતિ** - સૂઝતો નથી, **અયમ્ લોકઃ** - આ પ્રત્યક્ષ દેખાતો લોક જ સત્ય છે, **પરઃ ન અસ્તિ** - એના સિવાય બીજું કાંઈ પણ નથી, **ઇતિ માની** - આ પ્રમાણે માનનારો અભિમાની માણસ, **પુનઃ પુનઃ** - વારંવાર, **મે વશમ્** - મારા તાબામાં, **આપદ્યતે** - આવે છે.

ભાવાર્થ : યમરાજા નચિકેતાને કહે છે કે, સંપત્તિના મોહમાં પડેલા, પ્રમાદી અને મંદબુદ્ધિના માણસોને પરલોક સૂઝતો જ નથી. તેઓ સહેલાઈથી મારી પકડમાં આવેલા છે, એટલે મરણને શરણ થાય છે.

વિવેચન : જગતના કારણ માટે ઘણી બધી વિચારધારાઓ ચાલે છે. તેમાંની એક ચાર્વાકની વિચારધારા છે. જે એવું માને છે કે આત્મા જેવું કંઈ છે નહીં અને પુનઃજન્મ જેવું પણ કંઈ નથી. માટે આ જીવનમાં જેટલું ભોગવી શકાય તેટલું ભોગવી લો. આ વિચારધારામાં મોટાભાગના માણસો આવી જતા હોય છે, અને તેઓ ગયા જન્મનું પુણ્ય વાપરવા માટે ખૂબ જ તીવ્ર ગતિથી પ્રવૃત્ત થતા હોય છે, પણ તેમને સમજ પડતી નથી કે મનુષ્ય જન્મ એ આપણને એક તક છે કે જે દરમ્યાન આપણે જન્મ્યા તે દિવસ કરતાં વધુ ઉચ્ચ સ્થિતિએ પ્રગતિ કરી શકીએ. જે લોકો આ તક ચૂકી જાય છે. તેઓ આગલા જન્મનું પુણ્ય વાપરીને મૃત્યુ પછી પશુનો જન્મ પોતે જ નકકી કરી લે છે.

શ્રવણાયાપિ બહુભિર્યો ન લભ્યઃ શૃણ્વન્તોઽપિ બહવો યં ન વિદ્યુઃ ।

આશ્ચર્યો વક્તા કુશલોઽસ્ય લબ્ધાશ્ચર્યો જ્ઞાતા કુશલાનુશિષ્ટઃ ॥ ૭ ॥

શબ્દાર્થ : **યઃ બહુભિઃ** - જે ઘણાઓને તો, **શ્રવણાય અપિ** - સાંભળવા માટે પણ, **ન લભ્ય** - મળતું નથી, **યમ્** - જેને, **બહવઃ** - ઘણા માણસો, **શૃણ્વન્તઃ અપિ** - સાંભળીને પણ, **ન વિદ્યુઃ** - સમજી શકતા નથી, **અસ્ય** - એવા ગૂઢ આત્મતત્ત્વનું, **વક્તા આશ્ચર્યઃ** - વર્ણન કરનારો મહાપુરુષ ઘણો દુર્લભ છે, **લબ્ધા કુશલઃ** - તેને પ્રાપ્ત કરનારું પણ અતિ કુશળ કોઈક હોય છે, **કુશલાનુશિષ્ટઃ** - ને જેને તત્ત્વની પ્રાપ્તિ થઈ ગઈ છે એવા જ્ઞાની મહાપુરુષ વડે શિક્ષણ પામેલો, **જ્ઞાતા** - આત્મ તત્ત્વને જાણનારો પણ, **આશ્ચર્યઃ** - આશ્ચર્યમય છે.

ભાવાર્થ : આત્મા સૂક્ષ્મ હોવાને કારણે મોટાભાગના માણસો તેને જોઈ કે સમજી શકતા નથી અને પોતાને શરીર સમજીને જ નિર્ણયો લે છે. આ આત્માનું નિરૂપણ કરનાર કે ઉપદેશ આપનાર દુર્લભ છે.

આપણા શરીરમાં આત્મશક્તિનો સ્રોત હોવા છતાં સૂક્ષ્મ હોવાને કારણે સામાન્ય માણસો તેને જોઈ શકતા નથી અને તેમની અંદર ઈન્દ્રિયોનો પ્રભાવ એટલો બધો હોય છે તેમજ મન એટલું બધું નબળું હોય છે કે આત્માની અનુભૂતિ થોડી ક્ષણો માટે પણ કરી શકતા નથી, માટે જેવી રીતે મજૂરોના પ્રભાવવાળી કોઈ કંપની નિશ્ચિત પરિણામો હાંસલ કરી શકતી નથી અને તેનો ભોગ મજૂરો પોતે જ બને છે. તેવી રીતે જે વ્યક્તિ ઈન્દ્રિયના વશમાં આવે છે તે પોતાને જ નુકસાન કરે છે. પરંતુ આ આત્મ તત્ત્વને સમજનારા લાખો કરોડોમાં કોઈ એકાદ જ હોય છે, માટે આવા દુર્લભ આત્મ તત્ત્વના જાણકારને શોધીને તેમને પ્રશ્નો પૂછીને તેમની પાસેથી આત્મ તત્ત્વ વિશે એટલે પરાવિદ્યાનું સંપૂર્ણ જ્ઞાન મેળવવું પડે.

ન નરેણાવરેણ પ્રોક્ત એષ સુવિજ્ઞેયો બુહુધા ચિન્ત્યમાનઃ ।
અનન્યપ્રોક્તે ગતિરત્ર નાસ્તિ અણીયાન્હ્યતક્ર્યમણુપ્રમાણાત્ ॥ ૮ ॥

શબ્દાર્થ : अवरेण नरेण प्रोक्त - અલ્પજ્ઞ મનુષ્ય વડે કહેવાયાથી, **बहुधा चिन्त्यमानः** - ઘણી રીતે ચિંતન કર્યા છતાં પણ, **एषः** - આ આત્મતત્ત્વ, **सुविज्ञेयः न** - સહેજે સમજાય તેવું નથી, **अनन्यप्रोक्ते** - કોઈ બીજા જ્ઞાની પુરુષ વડે ઉપદેશ ન કરવામાં આવે તો, **अत्र गतिः न अस्ति** - આ વિષયમાં મનુષ્યનો પ્રવેશ થતો નથી, **अणुप्रमाणात्** - કેમ કે આ અત્યંત સૂક્ષ્મ વસ્તુ કરતાં પણ, **अणीयान्** - વધુ સૂક્ષ્મ છે, **अतर्क्यम्** - તર્કથી અતીત છે,

ભાવાર્થ : પરાવિદ્યાનું જ્ઞાન ખૂબ જ સૂક્ષ્મ હોવાને કારણે કોઈ પણ વ્યક્તિ ગુરુની મદદ વિના તે મેળવી શકતી નથી. જેમના ઉપર પરમાત્માની કૃપા હોય તે જ્યારે ગુરુની મદદથી તથા સ્વપ્રયત્નો દ્વારા પૂરેપૂરો વિષયને સમજવા માટે મક્કમ થઈ અને લાગી જાય છે, તેમને જ આ જ્ઞાન મળે છે.

નૈષા તર્કેણ મતિરાપનેયા પ્રોક્તાન્યેનૈવ સુજ્ઞાનાય પ્રેષ્ઠ ।
યાં ત્વમાપઃ સત્યધૃતિર્બતાસિ ત્વાદૃઙ્નો ભૂયાન્નચિકેતઃ પ્રષ્ટા ॥ ૯ ॥

શબ્દાર્થ : પ્રેષ્ઠ - હે પ્રિય, **યામ્ સ્વમ્ આપઃ** - જે તમે પામ્યા છો તે, **એષા મતિઃ** - આ બુદ્ધિ, **તર્કેણ ન આપનેયા** - તર્કથી મળી શકતું નથી, **અન્યેન પ્રોક્તા એવ** - બીજા વડે કહેવાયેલી જ, **સુજ્ઞાતાય** - આત્મજ્ઞાનમાં નિમિત્ત, **ભવતિ** - થાય છે, **બત** - ખરેખર, **સત્યધૃતિઃ** - ઉત્તમ ધૈર્યવાળા, **અસિ** - છો, **નચિકેતઃ** - હે નચિકેતા, **ત્વાદક્** - તમારા જેવો જ, **પ્રષ્ટા** - પ્રશ્ન પૂછનારો, **નઃ ભૂયાત્** - અમને મળ્યા કરે.

ભાવાર્થ : યમરાજા નચિકેતાને કહે છે કે તમે ઉત્તમ પ્રકારના શિષ્ય છો, ખૂબ જ બુદ્ધિશાળી હોવા છતાં તમારામાં ધૈર્ય છે અને પરાવિદ્યામાં તમારી શ્રદ્ધા વખાણવા લાયક છે.

જાનામ્યહં શેવધિરિત્યનિત્યં ન હ્યધ્રુવૈઃ પ્રાપ્યતે હિ ધ્રુવં તત્ ।
તતો મયા નાચિકેતશ્ચિતોઽગ્નિરનિત્યૈર્દંવ્યૈઃ પ્રાપ્તવાનસ્મિ નિત્યમ્ ॥ ૧૦ ॥

શબ્દાર્થ : અહં જાનામિ - હું જાણું છું કે, **શેવધિઃ** - કર્મફળરૂપ નિધિ, **અનિત્યમ્ ઇતિ** - અનિત્ય છે, **અધ્રુવૈઃ** - કારણ કે અનિત્ય વસ્તુઓથી, **તત્ ધ્રુવમ્** - તે નિત્ય પરમાત્મા, **ન હિ પ્રાપ્યતે** - મળી શકતા નથી, **તત્** - તેથી, **મયા** - એટલે મારા વડે, **અનિત્યૈઃ દ્રવ્યૈઃ** - અનિત્ય પદાર્થોથી, **નાચિકેતઃ** - નાચિકેત નામના, **અગ્નિઃ ચિતઃ** - અગ્નિનું ચયન કરવામાં આવ્યું, **નિત્યમ્** - નિત્ય વસ્તુથી પરમાત્માને, **પ્રાપ્તવાન્ અસ્મિ** - પામ્યો છું,

ભાવાર્થ : અગાઉ જણાવ્યા પ્રમાણે શ્રેય અને પ્રેય (તેમજ વિદ્યા અને અવિદ્યા) એક બીજામાં ભળેલાં છે, માટે પરાવિદ્યાનું જ્ઞાન મેળવવા માટે પણ આપણે અપરાવિદ્યાનાં સાધનો વાપરવાં પડે જે અનિત્ય (ક્ષણભંગુર) છે. આપણા જન્મ અને મૃત્યુની વચ્ચે આપણું મુખ્ય સાધન શરીર છે, જે ક્ષણભંગુર છે. છતાં પણ પ્રભુ પ્રાપ્તિ માટે આપણે તેનો ઉપયોગ કરવો પડે તેમજ અપરાવિદ્યાનાં બીજાં સાધનો જેવાં કે વર્ગ ખંડ, પુસ્તકો, કમ્પ્યૂટર વગેરે ક્ષણભંગુર હોવા છતાં તેમનો ઉપયોગ કરવો પડે, અહીં યમરાજા એ

સમજાવે છે કે તેઓ જાણે છે કે આ બધાં સાધનો નાશવંત છે, છતાં તે સાધનો વડે જ યમરાજા તેમના સ્થાનને પામ્યા છે. પણ તેમનો જીવ સતત પરમાત્મામાં રહેતો હોવાથી આ સાધનો તેમને નુકસાન કરી શકતાં નથી.

કામસ્યાપ્તિં જગતઃ પ્રતિષ્ઠાં ક્રતોરનન્ત્યમભયસ્ય પારમ્ ।

સ્તોમમહદુરુગાયં પ્રતિષ્ઠાં દૃષ્ટ્વા ધૃત્યા ધીરો નચિકેતોઽત્યસ્રાક્ષીઃ ॥ ૧૧ ॥

શબ્દાર્થ : નચિકેતઃ - હે નચિકેતા, **કામસ્ય આપ્તિમ્** - જેમાં સર્વ પ્રકારના ભોગ મળી શકે છે, **જગતઃ પ્રતિષ્ઠામ્** - જે જગતનો આધાર છે, **ક્રતોઃ અનન્ત્યમ્** - યજ્ઞનું ચિરસ્થાયી ફળ છે, **અભયસ્ય પારમ્** - નિર્ભયતાની અવધિ છે, **સ્તોમમહત્** - સ્તુતિ કરવા યોગ્ય તેમજ મહત્ત્વપૂર્ણ છે, **ઉરુગાયત્** - વેદોમાં જેના ગુણો નાના પ્રકારે ગાવામાં આવ્યા છે, **પ્રતિષ્ઠામ્** - જે લાંબા સમય સુધી રહેનાર છે એવા સ્વર્ગ લોકને, **દષ્ટ્વા ધૃત્યા** - જોઈને પણ તમે ધૈર્યપૂર્વક, **અત્યસ્રાક્ષીઃ** - તેનો ત્યાગ કર્યો, **અતઃ** - તેથી હું માનું છું કે, **ધીરઃ** - તમે ઘણા જ બુદ્ધિમાન છો,

ભાવાર્થ : આપણે જીવન દરમિયાન સમૃદ્ધિમાં રાચતા અને સત્તા ભોગવી રહેલા માણસોથી અંજાઈ જઈએ છીએ અને તે લોકો પ્રેયના (અવિદ્યાના) માર્ગે જ આ સ્થિતિએ પહોંચ્યા છે તેવું નક્કી કરી લઈએ છીએ. આપણે પણ આપણા આત્માની સતત ઉપેક્ષા કરીને ભૌતિક સમૃદ્ધિ અને સત્તા મેળવવા માટે સતત પ્રયત્નશીલ થઈ જઈએ છીએ, પરંતુ પરમાત્મા કૃપાળુ છે અને આપણને વારંવાર તક આપ્યા કરતા હોય છે. પણ આપણે તે તક ચૂકી જતા હોઈએ છીએ. અહિયા યમરાજા નચિકેતાને એવું કહે છે કે તમને ભોગો, પ્રતિષ્ઠા, યજ્ઞનું ફળ, નિર્ભયતાની મર્યાદા અને સ્વર્ગના ઐશ્વર્યો લલચાવી શક્યાં નથી, માટે યમરાજા નચિકેતા પર ખુશ છે. આપણે પણ આ ભૌતિક જીવનની સમૃદ્ધિઓ અને સત્તાની મર્યાદાઓ સમજીએ અને પરાવિદ્યાનું જ્ઞાન પસંદ કરીએ તો આપણા પર પણ પરમાત્મા ખુશ થઈ જાય.

તં દુર્દર્શં ગૂઢમનુપ્રવિષ્ટં ગુહાહિતં ગહ્વરેષ્ટં પુરાણમ્ ।
અધ્યાત્મયોગાધિગમેન દેવં મત્વા ધીરો હર્ષશોકૌ જહાતિ ॥ ૧૨ ॥

શબ્દાર્થ : **ગૂઢમ્** - યોગમાયાના પડદામાં છુપાયેલા, **અનુપ્રવિષ્ટમ્** - સર્વવ્યાપી, **ગુહાહિતમ્** - સર્વના હૃદયરુપી ગુહામાં રહેલા, **ગુહ્વરેષ્ઠમ્** - સંસારરુપ ગહન વનમાં રહેનારા, **પુરાણમ્** - સનાતન એવા, **તમ્ દુર્દર્શમ્ દેવમ્** - ભાગ્યે જ જોવામાં આવતા તે પરમાત્મ દેવને, **ધીરઃ** - શુદ્ધ બુદ્ધિથી યુક્ત સાધક, **અધ્યાત્મયોગાધિગમેન** -અધ્યાત્મયોગની પ્રાપ્તિ વડે, **મત્વા** - માનીને, **હર્ષશોકૌ જહાતિ** - હર્ષ અને શોકને છોડી દે છે,

ભાવાર્થ : પરમાત્માની ખૂબી એ છે કે તેઓ સર્વશક્તિમાન, સર્વ વ્યાપક, જગતનું કારણ, જગતની વ્યવસ્થા સંભાળનાર હોવા છતાં એટલા સૂક્ષ્મ છે કે સામાન્ય માણસ તેમને જોઈ શકતો નથી. તેને જાણવા માટે ઇન્દ્રિયોને શાંત કરવી પડે, મનની ચંચળતા ઓછી કરવી પડે, બુદ્ધિને શુદ્ધ કરવી પડે તો જ પરમાત્માનું દર્શન શક્ય બને અને આ દર્શન થતાંની સાથે જ વ્યક્તિ સ્થિતપ્રજ્ઞ બની જાય છે. તે હર્ષ અને શોકથી પર થઈ જાય છે.

એતચ્છ્રુત્વ સમ્પરિગૃહ્ય મર્ત્યઃ પ્રવૃહ્ય ધર્મ્યમણુમેતમાપ્ય ।
સ મોદતે મોદનીયં, હિ લબ્ધ્વા વિવૃતં સદ્મ નચિકેતસં મન્યે ॥ ૧૩ ॥

શબ્દાર્થ : - **મર્ત્યઃ** મનુષ્ય, **એતત્** - આ, **ધર્મ્યમ્** - ધર્મમય, **શ્રુત્વા** - સાંભળીને, **સમ્પરિગૃહ્ય** - સારી રીતે ગ્રહણ કરીને, **પ્રવૃહ્ય** - તે પર વિવેકપૂર્વક વિચાર કરીને, **એતમ્** - આ, **અણુ** - સૂક્ષ્મ આત્મ તત્ત્વને, **આપ્ય** - જાણીને અનુભવ કરી લે છે, **સઃ** - તે, **મોદીનીયમ્** - આનંદસ્વરુપ પરબ્રહ્મ પુરુષોત્તમને, **લબ્ધ્વા** - પામીને, **હિ મોદતે** - આનંદમાં જ મગ્ન થઈ જાય છે, **નચિકેતસમ્** - નચિકેતાને માટે, **વિવૃતમ્ સદ્મ મન્યે** - હું પરમધામના દ્વાર ઉઘડેલાં માનું છું.

ભાવાર્થ : આપણે પરમાત્માની પ્રાપ્તિ કરવી હોય તો સૌથી પહેલાં જેમની પાસે આ જ્ઞાન છે તેની પાસે જવું પડે, તેમનો ઉપદેશ સાંભળીને

તેમનું સતત મનન કરવું પડે, તેના પર સતત વિચાર કરવો પડે અને વિવેચન પૂર્વક નિર્ણય કરવામાં આવે તો, આ આત્મ તત્ત્વનો પોતે જ અનુભવ કરી શકે (જે પોતાની અંદર જ છે).

યમહારાજ કહે છે કે, ‘‘હે નચિકેતા તમારા માટે પરમધામના દ્વાર ખૂલી ગયેલાં છે’’.

અન્યત્ર ધર્માદન્યત્રાધર્માદન્યત્રાસ્માત્કૃતાકૃતાત્ ।
અન્યત્ર ભૂતાચ્ચ ભવ્યાચ્ચ યત્તત્પશ્યસિ તદ્વદ ॥ ૧૪ ॥

શબ્દાર્થ : **યત્ તત્** - તમે જે પરમેશ્વરને, **ધર્માત્ અન્યત્ર** - ધર્મથી અતીત, **અધર્માત્ અન્યત્ર** - અધર્મથી પણ અતીત, **ચ** - તેમ જ, **અસ્માત્ કૃતાકૃતાત્** - આ કાર્ય અને કારણરૂપ સંપૂર્ણ જગતથી પણ, **અન્યત્ર** - ભિન્ન, **ચ** - અને, **ભૂતાત્ ભવ્યાત્** - ભૂત, વર્તમાન તેમજ ભવિષ્ય ત્રણે કાળથી તથા એમની સાથે સંબંધ રાખનારા પદાર્થોથી પણ, **અન્યત્ર** - પૃથક, **પશ્યસિ તત્** - જાણો છો, તે, **વદ** - કહો,

ભાવાર્થ : નચિકેતા ખૂબ જ બુદ્ધિશાળી છે તેમને પરમાત્માનું આધિભૌતિક, આધિઆત્મિક સ્વરૂપ તો સમજાઈ ગયું છે. પણ પરમાત્માનું મુખ્ય એવું આધિદૈવિક સ્વરૂપ જાણવામાં તેમને રસ છે, માટે યમરાજાને કહે છે : જે ધર્મથી અતીત અર્થાત્ જુદા છે, અધર્મથી પૃથક છે અને જે જે ભૂત, વર્તમાન તેમજ ભવિષ્યથી પણ અન્ય છે ને એ ત્રણે કાળ સંબંધ રાખનારા પદાર્થોથી પણ ભિન્ન છે એવું આપ જેને જુઓ છો, જાણો છો તે જ મને કહો.

વિવેચન : પરમાત્માનું મૂળભૂત સ્વરૂપ (આધિદૈવિક સ્વરૂપ સૂક્ષ્મથી સૂક્ષ્મ છે. છતાં સમસ્ત બ્રહ્માંડ તરીકે આવિર્ભાવ પામવાની ક્ષમતા ધરાવે છે. એટલે કે આપણને દેખાતા સમગ્ર વિશ્વનું મૂળ પરબ્રહ્મ પરમાત્મામાં છે. આપણે તેમને જાણવા જોઈએ અને તેમનું જ ધ્યાન ધરવું જોઈએ.

સર્વે વેદા યત્પદમામનન્તિ તપાંસિ સર્વાણિ ચ યદ્વદન્તિ ।
યદિચ્છન્તો બ્રહ્મચર્ય ચરન્તિ તત્તે પદંસંગ્રહેણ બ્રવીમ્યોમિત્યેતત્ ॥ ૧૫ ॥

શબ્દાર્થ : सर्व वेदाः - સર્વ વેદો, यत् पदम् - જે પરમ પદનું, आमनन्ति - વારંવાર પ્રતિપાદન કરે છે, च - અને, सर्वाणि तपांसि - સર્વ તપો, यत् - જે પદનું , वदन्ति - લક્ષ્ય કરાવે છે, यत् इच्छन्तः - જેને ચાહનારા સાધકગણ, ब्रह्मचर्यम् - બ્રહ્મચર્યનું, चरन्ति - પાલન કરે છે, तत् पदम् - તે પદ, ते - તમને, संग्रहेण - સંક્ષેપથી, ब्रवीमि - કહું છું, ओम् ૐ, इति - એવો, एतत् - આ (એક અક્ષર) છે.

ભાવાર્થ : યમરાજા પરમાત્માના સ્વરૂપનું વર્ણન કરવાનું શરુ કરે છે. સર્વ પ્રથમ કહે છે કે આ વર્ણન તમને વેદમાં મળશે અને તેની પ્રાપ્તિનું મુખ્ય સાધન તપ હશે અને મુમુક્ષત્વની સ્થિતિએ એની જરૂરિયાત હશે. તેનું નામ ૐ હશે.

એતદ્ધ્યેવાક્ષરં બ્રહ્મ એતદ્ધ્યેવાક્ષરં પરમ્ ।

એતદ્ધ્યેવાક્ષરં જ્ઞાત્વા યો યદિચ્છતિ તસ્ય તત્ ॥ ૧૬ ॥

શબ્દાર્થ : एतत् - આ, अक्षरम एव हि - અક્ષર જ, ब्रह्म - બ્રહ્મ છે, परम् - પરબ્રહ્મ છે, हि - તેથી, एतत् एव - આ જ, अक्षरम् - અક્ષરને, ज्ञात्वा - જાણીને, यः - જે, यत् - તેને, इच्छति - ઈચ્છે છે, यस्य - તેને, तत् - તે જ (પ્રાપ્ત થાય છે).

ભાવાર્થ : નાશરહિત શ્રેષ્ઠ તત્ત્વ તે બ્રહ્મ છે અને તેમાંથી જ આ જગત આવિર્ભાવ પામ્યું છે. તે તત્ત્વને જાણવાની જે ઈચ્છા કરે છે, બ્રહ્મ તત્ત્વ તેને આધીન થઈ જાય છે. પરંતુ મોટો પ્રશ્ન એ છે કે મોટા ભાગના માણસો આવી કોઈ ઈચ્છા કરતા નથી.

એતદાલમ્બનં શ્રેષ્ઠમેતદાલમ્બનં પરમ્ ।
એતદાલમ્બનં જ્ઞાત્વા બ્રહ્મલોકે મહીયતે ॥ ૧૭ ॥

શબ્દાર્થ : एतत् - આ જ, श्रेष्ठम् - અતિ ઉત્તમ, आलम्बनम् - આલંબન છે, परम् आलम्बनम् - અંતિમ આશ્રય છે, ज्ञात्वा - સારી પેઠે જાણીને, ब्रह्मलोके - બ્રહ્મ લોકમાં, महीयते - ગૌરવશાળી થાય છે,

ભાવાર્થ : ૐ સાડા ત્રણ અક્ષરથી બનેલો છે.

અ = પૃથ્વી

ઉ = અંતરિક્ષ

મ = સ્વર્ગલોક

ँ = પરમાત્માનું આધિ દૈવિક સ્વરૂપ.

આ ૐ જ પરમાત્માની પ્રાપ્તિ માટેના સર્વ આલંબનોમાં શ્રેષ્ઠ આલંબન છે. જે ૐ ની ઉપાસના કરે છે તે પરમાત્મ પ્રાપ્તિનું ગૌરવ પામે છે.

न जायते म्रियते वा विपश्चिन्नायं कुतश्चिन्न बभूव कश्चित् ।
अजो नित्यः शाश्वतोऽयं पुराणो न हन्यते हन्यमाने शरीरे ॥ १८ ॥

શબ્દાર્થ : विपश्चित् - નિત્ય જ્ઞાનસ્વરૂપ આત્મા, न जायते - જન્મતો નથી, न वा म्रियते - તેમ મરતો પણ નથી, अयम् न - ન તો આ પોતે, कुतश्चित् - કોઈથી થયો છે, कश्चित् - ન તેનાથી કોઈ પણ, बभूव - થયું છે, अयम् - આ, अजः - અજન્મા, नित्यः - નિત્ય, शाश्वतः - હંમેશાં એકસરખો રહેનારો, पुराणः - પુરાતન છે, हन्यमाने - શરીરનો નાશ કરવામાં આવ્યા પછી પણ, न हन्यते - તેનો નાશ કરી શકાતો નથી.

ભાવાર્થ : આત્મા અને પરમાત્મા બે જ નાશ રહિત છે, બાકીનું બધું જ નાશવંત છે. આત્મા ક્યારેય જન્મ્યો નથી માટે તેનું મૃત્યુ શક્ય નથી. તેનામાં કોઈ પરિવર્તન આવતું નથી જેથી તે ક્ષય અને વૃદ્ધિથી રહિત છે. શરીરનો નાશ થાય ત્યારે પણ આત્માને કંઈ થતું નથી.

હન્તા ચેન્મન્યતે હન્તું હતશ્ચેન્મન્યતે હતમ્ ।

ઉભૌ તૌ ન વિજાનીતૌ નાયંહન્તિ ન હન્યતે ॥ ૧૯ ॥

શબ્દાર્થ : **ચેત્** - જે કોઈ, **હન્તા** - મારનાર વ્યક્તિ, **હન્તુમ્** - મારવામાં પોતાને સમર્થ, **મન્યતે** - માને છે, **હતઃ** - કોઈ મરનારો, **હતમ્** - પોતાના આત્માને મરેલો, **મન્યતે** - માને છે, **તૌ ઉભૌ** - તે બંને, **ન વિજાનીતઃ** - જાણતા નથી, **અયમ્** - આ આત્મા, **ન હન્તિ** - કોઈને મારતો નથી, **ન હન્યતે** - કોઈથી મરાતો પણ નથી,

ભાવાર્થ : જે કોઈ વ્યક્તિ આત્માને મરતો અથવા બીજા દ્વારા આત્માને મરાતો સમજે છે તે સત્યને જાણતો નથી. કારણ કે કોઈ પણ માણસને જ્યારે મારવામાં આવે છે ત્યારે તેનું શરીર જ મરે છે આત્મા તરત જ નીકળી જાય છે અને નવું શરીર પસંદ કરી લે છે. એટલે કે કોઈપણ વ્યક્તિ જે કોઈ હિંસા કરે છે તે આ ક્ષણભંગુર શરીરની જ કરે છે આત્માની હિંસા કરવા માટે કોઈ પણ સમર્થ નથી.

અમોરણીયાન્મહતો મહીયાનાત્માસ્ય જન્તોર્નિહિતો ગુહાયામ્ ।

તમક્રતુઃ પશ્યતિ વીતશોકો ધાતુપ્રસાદાન્મહિમાનમાત્મનઃ ॥ ૨૦ ॥

શબ્દાર્થ : **અસ્ય જન્તોઃ** - આ જીવાત્માના, **ગુહાયામ્** - હૃદયરૂપી ગુફામાં, **નિહિતઃ** - રહેનારો, **આત્મા** - આત્મા, **અણોઃ અણીયાન્** - સૂક્ષ્મથી અતિ સૂક્ષ્મ, **મહતઃ મહીયાન્** - મહાનથી પણ મહાન છે, **આત્મનઃ તમ્ મહિમાનમ્** - પરમાત્માની તે મહિમાને, **અક્રતુઃ** - કામના રહિત, **વીતશોકઃ** - ચિંતારહિત, **ધાતુપ્રસાદાત્** - સર્વનો આધાર પરબ્રહ્મ પરમેશ્વરની કૃપાથી જ, **પશ્યતિ** - જોવા પામે છે.

વિવેચન : વીજળી પેદા કરવા માટે ટન બંધી કોલસો જોઈએ અથવા તો કિલો લીટરમાં ઑઈલ જોઈએ, પરંતુ પરમાણુ વિદ્યુત પેદા કરવામાં એ

કશાની જરૂર નહીં. કારણ કે એ અણુમાં શક્તિ છે. પરંતુ સૂક્ષ્મ હોવાના કારણે તે શક્તિને આપણે જોઈ શકતા નથી. આવી જ રીતે આત્મા અણુ જેવો જ સૂક્ષ્મ છે પણ શક્તિની દષ્ટિએ એટલો મહાન છે કે જેની કોઈ બરાબરી ન કરી શકે અને આ આત્મા આપણા હ્રદયમાં રહેલો છે. પણ ભગવાને એવી વ્યવસ્થા ગોઠવી છે કે મોટાભાગના માણસો તેને જોઈ શકતા નથી. ફકત નિષ્કામ અને ચિંતા રહિત વ્યક્તિ પરમાત્માની કૃપાથી જ આત્માનું દર્શન કરી શકે છે.

આસીનો દૂરં વ્રજતિ શયાનો યાતિ સર્વતઃ ।

કસ્તં મદામદં દેવં મદન્યો જ્ઞાતુમર્હંતિ ॥ ૨૧ ॥

શબ્દાર્થ : આસીનઃ - બેઠેલો જ, **દૂરં વ્રજતિ** - દૂર પહોંચી જાય છે, **શયાનઃ** - સૂતેલો, **સર્વતઃ યાતિ** - બધી બાજુએ ચાલતો રહે છે, **તમ્ મદામદમ્ દેવમ્** - તે ઐશ્વર્યના મદથી ઉન્મત્ત ન થનારા દેવને, **મદન્યઃ કઃ** - મારાથી બીજું કોણ, **જ્ઞાતુમ્** - જાણવાને માટે, **અર્હંતિ** - સમર્થ છે ?

ભાવાર્થ : પરમાત્મા સૂક્ષ્મ હોવા છતાં અંગો વિના ગમે ત્યાં પહોંચી શકે છે, આંખો વિના ગમે તે જોઈ શકે છે અને કાન વિના સાંભળી શકે છે. આવા પરમાત્માને જાણવાની ક્ષમતા યમરાજા સિવાય બીજા કોની હોઈ શકે ?

વિવેચન : આપણું મન એટલું શક્તિશાળી છે કે આપણા શરીરમાં રહેલું હોવા છતાં ક્ષણવારમાં અમેરિકા પહોંચી જાય છે. આ મન પણ શક્તિ પરમાત્મામાંથી જ મેળવે છે અને પરમાત્મા જગતના નિમિત્તની સાથે ઉપાદાન કારણ પણ છે, એટલે કે દુનિયાના દરેક સ્થળ પર મોબાઈલ ટાવર ગોઠવવામાં આવે તો એક સેકન્ડમાં આપણો સંદેશો દરેક સ્થળમાં પહોંચી જાય. તેમ પરમાત્માનું પ્રતિનિધિત્વ ચારે બાજુ ફેલાયેલું છે. માટે પરમાત્મા ગમે તે સ્થળે સેકન્ડના નાના ભાગમાં પહોંચી શકે છે. તેમજ પરમાત્માની

આ શક્તિને સમજવા માટે યમરાજથી વધુ શક્તિશાળી બીજું કોણ હોઈ શકે ?

અશરીરં શરીરેષ્વનવસ્થેષ્વવસ્થિતમ્ ।

મહાન્તં વિભૂમાત્માનં મત્વા ધીરો ન શોચતિ ॥ ૨૨ ॥

શબ્દાર્થ : અનવસ્થેષુ - સ્થિર ન રહેનારા, શરીરેષુ - શરીરોમાં, અશરીરમ્ - શરીર રહિત, અવસ્થિતમ્ - અવિચળ ભાવથી સ્થિત છે, મહાન્તમ્ - મહાન, વિભુમ્ - સર્વ વ્યાપી, આત્માનમ્ - પરમાત્માને, મત્વા - જાણીને, ધીરઃ - બુદ્ધિમાન મહાપુરુષો, ન શોચતિ - શોક કરતા નથી.

ભાવાર્થ : આત્મા એ પરમાત્માનો અંશ છે, જે બંને નાશરહિત છે તેમજ દરેક જન્મમાં જીવાત્મા પંચમહાભૂતમાંથી શરીરો બનાવે છે અને જીવન કાર્ય પૂર્ણ થતાં શરીર છોડીને બીજું નવું શરીર ધારણ કરે છે. હવે શોકનું મૂળ પોતાને શરીર સમજવામાં છે. જે ક્ષણે આપણે શરીરથી અલગ છીએ તે સમજી લઈએ તે ક્ષણે શોકનું મૂળ નાશ પામે, માટે આત્મજ્ઞાની બુદ્ધિમાન પુરુષ કયારેય શોક કરતો નથી. ગમે તે પરિસ્થિતિમાં સદાકાળ આનંદમાં રહે છે.

નાયમાત્મા પ્રવચનેન લભ્યો ન મેધયા ન બહુના શ્રુતેન ।

યમેવૈષ વૃણુતે તેન લભ્યસ્તસ્યૈષ આત્મા વિવૃણુતે તનૂઃસ્વામ્ ॥ ૨૩ ॥

શબ્દાર્થ : અયમ્ આત્મા - આ પરબ્રહ્મ પરમાત્મા, ન - નહીં, પ્રવચનેન - પ્રવચનથી, ન મેધયા - બુદ્ધિથી, ન બહુના શ્રુતેન - તથા ઘણું સાંભળવાથી પણ ન, લભ્યઃ - પ્રાપ્ત થઈ શકે, યમ્ - જેને, એષઃ - આ, વૃણુતે - સ્વીકાર કરી લે છે, તેન એવ લભ્યઃ - તેનાથી જ પ્રાપ્ત કરી શકાય છે, એષઃ આત્મા - આ પરમાત્મા, તસ્ય - તેના માટે, સ્વામ્ તનૂમ્ - પોતાના યથાર્થ સ્વરૂપને, વિવૃણુતે - પ્રગટ કરી દે છે,

ભાવાર્થ : આ આત્મા બહુ સાંભળવાથી, બહુ વાંચવાથી, બહુ સત્કર્મ કરાવાથી પણ પ્રાપ્ત કરી શકાતો નથી, જયાં સુધી પરમાત્માની કૃપા થાય નહીં, કે પરમાત્માનું શરણ સ્વીકાર્યા વગર તેમની પ્રાપ્તિ શકય નથી અને જે ક્ષણે આપણે સભાનતા સાથે પૂરા દિલથી શરણ સ્વીકારીએ, તે ક્ષણે પરમાત્મા પોતાના સ્વરૂપને સામેથી પ્રકટ કરે છે.

નાવિરતો દુશ્ચરિતાન્નાશાન્તો નાસમાહિત: ।

નાશાન્તમાનસો વાપિ પ્રજ્ઞાનેનૈનમાપ્નુયાત્ ॥ ૨૪ ॥

શબ્દાર્થ : પ્રશાનેન - સૂક્ષ્મ બુદ્ધિ વડે, અપિ - પણ, એનમ્ - આ પરમાત્માને, ન દુશ્ચરિતાત્ અવિરત: આપ્નુયાત્ - દુરાચરણોથી નિવૃત્તિ થયા સિવાય પ્રાપ્ત કરી શકાતો નથી, ન અશાન્ત: - જે અશાંત છે તે પ્રાપ્ત કરી શકતો નથી, ન અસમાહિત: - મન અને ઇન્દ્રિયો જેના કાબૂમાં નથી તે, વા - અને, ન અશાન્તમાનસ: - તેમજ જેમનું મન શાંત નથી તે પણ પ્રાપ્ત કરી શકતો નથી,

ભાવાર્થ : પરંતુ દુરાચરણથી અટકવું, ઇન્દ્રિયોને કાબૂમાં લેવી, મનને શાંત કરવું અને બુદ્ધિને સ્થિર કરવી તે પ્રાથમિક શરત છે. આટલું કર્યા પછી જયારે પૂરા દિલથી શરણ સ્વીકારવામાં આવે ત્યારે તેને પ્રાપ્ત કરી શકાય.

યસ્ય બ્રહ્મ ચ ક્ષત્રં ચ ઉભે ભવત ઓદન: ।

મૃત્યુર્યસ્યોપસેચનં ક ઇત્થા વેદ યત્ર સ: ॥ ૨૫ ॥

શબ્દાર્થ : યસ્ય - જે પરમેશ્વરના, બ્રહ્મ ચ ક્ષત્રમ્ ચ ઉભે - બ્રાહ્મણ અને ક્ષત્રિય આ બંને, અર્થાત પ્રાણી માત્ર, ઓદન: - ખોરાક, ભવત: - બની જાય છે, મૃત્યુ: યસ્ય - સર્વનો સંહાર કરનાર મૃત્યુ જેનું, ઉપસેચનમ્ - ઉપસેચન (શાકભાજી, ચટણી, અથાણું વગેરે), ભવતિ - બની જાય છે, સ: યત્ર - પરમેશ્વર જયાં, ઇત્થા - જેવા છે, એવા બરાબર, ક: વેદ - કોણ જાણે છે?

ભાવાર્થ : બ્રાહ્મણ એટલે જ્ઞાની પુરુષ અને ક્ષત્રીય એટલે સત્તાધીશો. ટૂંકમાં સમાજના સૌથી શ્રેષ્ઠ પુરુષો આ પરમાત્મા સામે કંઈ જ નથી. પરમાત્મા તેમનાથી ઘણા વધુ શક્તિશાળી અને સર્વજ્ઞ છે.

મૃત્યુ પણ પરમાત્માની આજ્ઞાથી જ કાર્ય કરે છે. એટલે કે પૃથ્વી પરના દરેક જીવના જીવનનું આયોજન પરમાત્માના હાથમાં છે. આવા પરમાત્માને કોણ જાણે છે ?

અધ્યાય - ૧ વલ્લી - 3

ઋતં પિબન્તૌ સુકૃતસ્ય લોકે ગુહાં પ્રવિષ્ટૌ પરમે પરાર્ધે ।
છાયાતપૌ બ્રહ્મવિદો વદન્તિ પશ્ચાગ્નયો યે ચ ત્રિણાચિકેતાઃ ॥ ૧ ॥

શબ્દાર્થ : સુકૃતસ્ય લોકે શુભ કર્મોના ફળ સ્વરૂપ મનુષ્ય શરીરમાં, પરમે પરાર્ધે - પરબ્રહ્મના ઉત્તમ નિવાસ સ્થાનમાં, ગુહામ્ પ્રવિષ્ટૌ - બુદ્ધિરૂપી ગુફામાં સંતાયેલા, ઋતમ્ પિબન્તૌ - સત્યનું પાન કરનારા, છાયાતપૌ - છાયા અને તડકાની પેઠે પરસ્પર ભિન્ન છે, બ્રહ્મવિદઃ - બ્રહ્મવેત્તા જ્ઞાની પુરુષો, વદન્તિ - કહે છે, ચ યે - અને જેઓ, ત્રિણાચિકેતાઃ - ત્રણવાર નાચિકેત અગ્નિનું ચયન કરનારા, પશ્ચાગ્નયઃ - પંચાગ્નિની ઉપાસના કરનારા ગૃહસ્થ છે, વદન્તિ - તેઓ પણ આ જ વાત કહે છે.

ભાવાર્થ : પરાત્મા અને જીવાત્મા બે નિત્ય છે અને પંચમહાભૂતમાંથી બનેલી આ સૃષ્ટિમાં બાકીનું સર્વ નાશવંત છે. અપરાવિદ્યામાં પણ આ સત્યને સમજાવવામાં આવે જ છે. આ શ્લોકમાં યમરાજા પરમાત્મા (અંતર્યામી) અને જીવાત્મા બેનો સંબંધ સમજાવે છે. છાયા અને તડકાની જેમ એટલે કે તડકો હોય તો જ છાયા હોય અને જયારે તડકો સમાપ્ત થાય ત્યારે છાયા સમાપ્ત થાય. તડકો એ અંતર્યામી પરમાત્મા છે અને છાયા તે જીવાત્મા છે આ બંને પરસ્પર વિલક્ષણ છે. પરમાત્મા ફળભોગના સમયે અસંગ છે અને અભોક્તા છે. જયારે જીવાત્મા ત્રણ ગુણોથી બંધાઈને કર્મ ફળને ભોગવે છે અને ઇન્દ્રિય મન અને બુદ્ધિને લઈ વિષયોમાં રમે છે. આ વાતને જેઓ અગ્નિ વિદ્યામાં નિપુણ છે તે પણ સમજે છે.

યઃ સેતુરીજાનાનામક્ષરં બ્રહ્મ યત્પરમ્ ।
અભયં તિતીર્ષતાં પારં નાચિકેત‍ શકેમહિ ॥ ૨ ॥

શબ્દાર્થ : ઈજાનાનામ્ - યજ્ઞ કરનારાઓને માટે, યઃ સેતુઃ - સુખના સમુદ્રની પાર પહોંચવા માટે જે સેતુ છે, નાચિકેતમ્ - તે નચિકેતા અગ્નિને,

પરમ્ તિતીર્ષતામ્ - સંસાર સમુદ્રને પાર જવા ઈચ્છનારાઓ માટે, **યત્ અભયમ્** - જે ભયરહિત છે, **અક્ષરમ્** - તે અવિનાશી, **પરમ્ બ્રહ્મ** - પરબ્રહ્મ પુરુષોત્તમને, **શકેમહિ** - જાણવામાં અને પ્રાપ્ત કરવામાં પણ આપણે સમર્થ થઈએ,

ભાવાર્થ : જે લોકો અપરાવિદ્યામાં પ્રવૃત્ત છે એટલે કે ભૌતિક જીવનમાં પ્રવૃત્ત છે તેમને સ્વર્ગના ભોગો જોઈએ છે અને તે ન મળે તો તેને દુઃખ સમજે છે અને તેમનો પ્રયાસ સતત સુખ તરફ જવાનો છે. તેમને પણ તેમની અંદર રહેલા પરમાત્મા શક્તિ પૂરી પાડે છે તથા જેઓ પરાવિદ્યામાં પ્રવૃત્ત છે અને જેમની ઈચ્છા સંસાર સમુદ્રની પેલે પાર ભયરહિત (અભય) કેળવવાની છે (તેમને અદ્વૈતમાં રમવું છે) તેમને પણ પરમાત્મા શક્તિ આપે છે. આ બંને પરમાત્માને જાણવામાં અને પ્રાપ્ત કરવામાં શક્તિમાન બની જાય છે.

આત્માનꣳરથિનં વિદ્ધિ શરીરꣳરથમેવ તુ ।
બુદ્ધિ તુ સારથિં વિદ્ધિ મનઃ પ્રગ્રહમેવ ચ ॥ ૩ ॥

શબ્દાર્થ : **આત્માનમ્** - જીવાત્માને, **રથિનમ્** - રથનો માલિક, **વિદ્ધિ** - જાણો, **તુ** - અને, **શરીરમ્ એવ** - શરીરને જ, **બુદ્ધિ તુ** - તથા બુદ્ધિને, **સારથિમ્** - સારથિ, **ચ મનઃ એવ** - ને મનને જ, **પ્રગ્રહમ્** - લગામ સમજો.

ઇન્દ્રિયાણિ હયાનાહુર્વિષયાꣳસ્તેષુ ગોચરાન્ ।
આત્મેન્દ્રિયમનોયુક્તં ભોક્તેત્યાહુર્મનીષિણઃ ॥ ૪ ॥

શબ્દાર્થ : **મનીષિણઃ** - જ્ઞાની જન, **ઇન્દ્રિયાણિ** - ઇન્દ્રિયોને, **હયાન્** - ઘોડાઓ, **આહુઃ** - કહે છે, **વિષયાન્** - વિષયોને, **તેષુ ગોચરાન્** - તે ઘોડાઓને ચાલવાનો માર્ગ, **આત્મેન્દ્રિયમનોયુક્તન્** - શરીર, ઇન્દ્રિય અને મન આ સર્વની સાથે રહેનારો જીવાત્મા જ, **ભોક્તા** - ભોક્તા છે, **આહુઃ** - એમ કહે છે,

યત્સ્વવિજ્ઞાનવાન્ ભવત્યયુક્તેન મનસા સદા ।
તસ્યેન્દ્રિયાણ્યવશ્યાનિ દુષ્ટાશ્વા ઇવ સારથેઃ ॥ ૫ ॥

શબ્દાર્થ : યઃ સદાઃ - જે હંમેશાં, **અવિજ્ઞાનવાન્** - વિવેકહીન બુદ્ધિવાળો, **તુ** - અને, **અયુક્તેન મનસા** - વશમાં નહીં એવા ચંચળ મનથી, **ભવતિ** - રહે છે, **તસ્ય** - તેની, **ઇન્દ્રિયાણી** - ઇન્દ્રિયો, **સારથિઃ** - અસાવધાન સારથિના, **દુષ્ટાશ્વાઃ** - દુષ્ટ ઘોડાઓની પેઠે, **અવશ્યાનિ** - વશમાં ન રહેનારી, **ભવન્તિ** - થઈ જાય છે.

યસ્તુ વિજ્ઞાનવાન્ભવતિ યુક્તેન મનસા સદા ।
તસ્યેન્દ્રિયાણિ વશ્યાનિ સદશ્વા ઇવ સારથેઃ ॥ ૬ ॥

શબ્દાર્થ : તુ યઃ સદાઃ - પરંતુ જે સદા, **વિજ્ઞાનવાન્** - વિવેકયુક્ત બુદ્ધિવાળો, **યુક્તેન** - વશમાં કરાયેલા, **મનસા** - મનથી સંપન્ન, **ભવતિ** - રહે છે, **તસ્ય** - તેની, **ઇન્દ્રિયાણિ** - ઇન્દ્રિયો, **સારથેઃ** - સાવધાન સારથિના, **સતશ્વાઃ ઇવ** - સારા ઘોડાઓની પેઠે, **વશ્યાનિ** - વશમાં, **ભવન્તિ** - રહે છે,

ભાવાર્થ : હવે પ્રભુ પ્રાપ્તિના માર્ગની સમજ આપવામાં આવે છે. આ શ્લોકમાં યમરાજા જીવાત્માનું વર્ણન કરે છે. આપણા શરીરનું સંચાલન કરવા માટે આપણને સૂક્ષ્મ ઇન્દ્રિયો, મન અને બુદ્ધિ પરમાત્મા દ્વારા આપવામાં આવ્યાં છે. તેમાં શરીરને રથ માનવાનો છે, ઇન્દ્રિયોને ઘોડા સમજવાના છે, મનને લગામ સમજવાની છે અને બુદ્ધિને સારથિ તથા આત્માને માલિક સમજવાનો છે. હવે માલિકની ઈચ્છા પ્રમાણે સારથિ રથ ચલાવે અને લગામ દ્વારા ઘોડાને કાબૂમાં રાખે તો નિશ્ચિત સ્થાન પર પહોંચાય, પરંતુ જો સારથિ નિષ્કાળજી રાખે અને લગામ છૂટી જાય તો આ ઘોડા રથને કયાં લઈ જાય તે નક્કી થઈ શકે નહીં, માટે આપણે સતત આત્માનો અવાજ સાંભળીને મન દ્વારા ઇન્દ્રિયોને પ્રભુ માર્ગે વાળવી જોઈએ.

યસ્ત્વવિજ્ઞાનવાન્ભવત્યમનસ્કઃ સદાશુચિઃ ।
ન સ તત્પદમાપ્નોતિ સઙ્સારં ચાધિગચ્છતિ ॥ ૭ ॥

શબ્દાર્થ : यः तु सदा - જે કોઈ હંમેશાં, अविज्ञानवान् - વિવેકહીન બુદ્ધિવાળો, अमनस्कः - અસંયમચિત્ત, अशुचिः - અપવિત્ર, भवति - રહે છે, सः तत्पदम् - તે પરમ પદને, न आप्नोति - પામી શકતો નથી, च - પણ, संसारम् अधिगच्छति - વારંવાર જન્મ મૃત્યુ રૂપ સંસાર ચક્રમાં જ ભટક્યા કરે છે,

ભાવાર્થ : જે મનુષ્ય વિવેક ચૂકે છે અને તેના મન પરનો કાબૂ ઓછો થાય છે, તે વિષયોમાં રમતી ઇન્દ્રિયોને રોકી શકતો નથી. તેને કારણે તેના અંતઃકરણમાં મૃત્યુ સમયે વાસનાઓ રહી જાય છે, જે તેના પુનર્જન્મનું કારણ બને છે અને તે આ સંસારમાં જન્મ મરણના ચક્કરમાં ફર્યા કરે છે.

यस्तु विज्ञानवान्भवति समनस्कः सदा शुचिः ।

स तु तत्पदमाप्नोति यस्माद्भूयो न जायते ॥ ८ ॥

શબ્દાર્થ : तु यः सदा - પરંતુ જે હંમેશાં, विज्ञानवान् - વિવેકશીલ બુદ્ધિથી યુક્ત, समनस्कः - સંયમચિત્ત, शुचिः - પવિત્ર, भवति - રહે છે, सः तु - તે તો, तत्पदम् - તે પરમ પદને, आप्नोति - પ્રાપ્ત કરી લે છે, यस्मात् भूयः - જ્યાંથી ફરી, न जायते - તે જન્મ પામતો નથી.

विज्ञानसारथिर्यस्तु मनः प्रग्रहवान्नरः

सोऽध्वनः पारमाप्नोति तद्विष्णोः परमं पदम् ॥ ९ ॥

શબ્દાર્થ : यः नर - જે માણસ, विज्ञानसारथिः तु - વિવેકશીલ બુદ્ધિરૂપ સારથિથી સંપન્ન, मनः प्रग्रहवान् - મનરૂપી લગામને વશમાં રાખનારો છે, सः - તે, अध्वनः - સંસારમાર્ગની, पारम् - પાર પહોંચીને, विष्णोः - પરબ્રહ્મ પુરુષોત્તમ ભગવાનના, पदम् - તે પરમ પદને, आप्नोति - પામે છે.

ભાવાર્થ : પરંતુ જેનો આત્મા જાગૃત છે, બુદ્ધિ સ્થિર છે, મન શાંત છે અને ઇન્દ્રિયો કાબૂમાં છે તેના અંતઃકરણમાં કોઈ વાસના ટકી શકતી

નથી. જેને કારણે તેના માટે દેવયાન માર્ગમાં પ્રવેશ સરળ બને છે તેમ જ તે બ્રહ્મલોકમાં જતો હોવાથી તેનો સૂક્ષ્મદેહ પણ નાશ પામે છે, પછી તેનો જન્મ થઈ શકતો નથી.

इन्द्रियेभ्यः परा ह्यर्थां अर्थेभ्यश्च परं मनः ।
मनसस्तु परा बुद्धिर्बुद्धेरात्मा महान्परः ॥ १० ॥

શબ્દાર્થ : हि इन्द्रियेभ्यः - કેમ કે ઈન્દ્રિયો કરતાં, **अर्थां:** - શબ્દ વગેરે વિષયો, **पराः** - બળવાન છે, **च** - અને, **अर्थेभ्य** - શબ્દાદિ વિષયોથી, **मनः** - મન, **परम्** - પર છે, **तु मनसः** - તે મન કરતાં પણ, **बुद्धिः** - બુદ્ધિ, **- परा** પર છે, **बुद्धैः** - બુદ્ધિથી, **महान् आत्मा** - મહાન આત્મા, **परः** - અત્યંત શ્રેષ્ઠ અને બળવાન છે.

ભાવાર્થ : કારણ કે ઈન્દ્રિયો કરતાં વિષય બળવાન છે, વિષય કરતાં મન બળવાન છે, મન કરતાં બુદ્ધિ બળવાન છે અને બુદ્ધિ કરતાં આત્મા શ્રેષ્ઠ છે અને તે પરમાત્માનો અંશ છે.

વિવેચન : હવે આપણો પણ અનુભવ છે કે આપણે એક વખત નિશ્ચય કરીએ છીએ કે આજે મારે ઉપવાસ કરવો છે તો છપ્પન ભોગમાંનો કોઈપણ પકવાન આપણી ઈન્દ્રિયને આકર્ષી શકતો નથી, કારણ કે આપણું મન વિષય કરતાં વધુ શક્તિશાળી છે, આપણે આ સમજીને આપણા અંતઃકરણનો સદ્ઉપયોગ કરવાનો છે. જ્યારે મન નબળું પડે છે ત્યારે બુદ્ધિ તેનું નિયંત્રણ કરે છે. આ બધાને આત્મા જ શક્તિ આપે છે. એટલે આત્મા શ્રેષ્ઠ છે કારણ કે તે પરમાત્માનો અંશ છે, ચૈતન્ય શક્તિ છે.

महतः परमव्यक्तमव्यक्तात्पुरुषः परः ।
पुरुषान्न परं किंचित्सा काष्ठा सा परा गतिः ॥ ११ ॥

શબ્દાર્થ : महतः - એ જીવાત્માથી, **अव्यक्तम्** - ભગવાનની માયા, **परम्** - બળવાન છે, **अव्यक्तात्** - અવ્યક્ત માયાથી પણ, **पुरुषः** - પરમ

પુરુષ, પરઃ - શ્રેષ્ઠ છે, **પુરુષાત્** - પરમ પુરુષ ભગવાનથી, **કિંચિત્** - કંઈપણ શ્રેષ્ઠ, **ન** - નથી, **સા કાષ્ઠા** - તે જ સર્વની પરમ અવધિ, **સા પરા ગતિઃ** - તે જ પરમ ગતિ છે,

ભાવાર્થ : આત્માથી ઉપર પરમાત્મા છે અને તેમનાથી ઉપર કોઈ નથી. તે સૂક્ષ્મત્વની પરાકાષ્ઠા છે.

એષ સર્વેષુ ભૂતેષુ ગૂઢોત્મા ન પ્રકાશતે ।

દૃશ્યતે ત્વગ્રયયા બુદ્ધયા સૂક્ષ્મયા સૂક્ષ્મદર્શિભિઃ ॥ ૧૨ ॥

શબ્દાર્થ : **એષઃ આત્મા** - આ સર્વનો આત્મારૂપ પરમપુરુષ, **સર્વેષુ ભૂતેષુ** - સર્વ પ્રાણીઓમાં રહેતો હોવા છતાંય, **ગૂઢઃ** - માયાના પડદામાં છુપાયેલો હોવાને લીધી, **ન પ્રકાશતે** - પ્રત્યક્ષ થતો નથી, **તુ સૂક્ષ્મદર્શિભિઃ** - કેવળ સૂક્ષ્મ તત્ત્વોને સમજનારા પુરુષો વડે જ, **સૂક્ષ્મયા અગ્રયા બુદ્ધયા** - અતિસૂક્ષ્મ તીક્ષ્ણ બુદ્ધિથી, **દૃશ્યતે** - જોવામાં આવે છે,

ભાવાર્થ : સર્વ ભૂતોમાં રહેલા હોવા છતાં પરમાત્મા પ્રત્યક્ષ નથી. જેની તીવ્ર અને સૂક્ષ્મ બુદ્ધિ હોય તે પરમાત્માની કૃપાથી તેને જોઈ શકે છે.

વિવેચન : પરમાત્મા દરેકની અંદર અંતર્યામી તરીકે રહેલા છે. પરંતુ તેઓ સૂક્ષ્મ છે જેથી સામાન્ય દૃષ્ટિથી જોઈ શકાતા નથી. પરમાત્મા અને આત્માની વચ્ચે માયારૂપી આવરણ આવેલું છે. જેથી વ્યક્તિ પરમાત્માને જોઈ શકતી નથી. પરંતુ જેનું અંતઃકરણ શુદ્ધ હોય, વાસનાઓથી રહિત હોય અને જેની બુદ્ધિ તીવ્ર હોય તેના પર પરમાત્માની કૃપા થવાથી તે જોઈ શકે છે.

યચ્છેદ્વાઙ્મનસી પ્રાજ્ઞસ્તદ્યચ્છેજ્જ્ઞાન આત્મનિ ।

જ્ઞાનમાત્મનિ મહતિ નિયચ્છેત્તદ્યચ્છેચ્છાન્ત આત્મનિ ॥ ૧૩ ॥

શબ્દાર્થ : પ્રાજ્ઞ: - બુદ્ધિમાન સાધકે, **વાક્** - વાણી વગેરેનો, મનસી - મનમાં, **યચ્છેત્** - નિરોધ કરવો, **તત્** - તે મનને, જ્ઞાને આત્મનિ - જ્ઞાન સ્વરૂપ બુદ્ધિમાં વિલીન કરવું, **જ્ઞાનમ્** - જ્ઞાન સ્વરૂપ બુદ્ધિને, **મહતિ આત્મનિ** - મહાન આત્મામાં, **નિયચ્છેત્** - વિલીન કરવી, **તત્** - તેને, **શાન્તે આત્મનિ** - શાંત સ્વરૂપ પરમ પુરુષ પરમાત્મામાં વિલીન કરવું.

ભાવાર્થ : જેણે પ્રભુ પ્રાપ્તિ કરવી હોય તેણે સર્વ ઇન્દ્રિયોનો મનમાં નિરોધ (પરમાત્મામાં સ્થિર કરવી) કરવો જોઈએ. તે મનને બુદ્ધિમાં વિલીન કરવું જોઈએ અને બુદ્ધિનો મહાન આત્મામાં લય કરવો અને મહાન આત્માને શાંત સ્વરૂપ પરમાત્મામાં નિયુક્ત કરવું જોઈએ. આ પ્રમાણે કરવામાં નિષ્કામ કર્મ મદદરૂપ થાય છે.

ઉત્તિષ્ઠત જાગ્રત પ્રાપ્ય વરાન્નિબોધત ।

ક્ષુરસ્ય ધારા નિશિતા દુરત્યયા દુર્ગં પથસ્તત્કવયો વદન્તિ ॥ ૧૪ ॥

શબ્દાર્થ : ઉત્તિષ્ઠત - ઉઠો, જાગ્રત - જાગો, વરાન્ પ્રાપ્ય - શ્રેષ્ઠ મહાપુરુષોને પામીને તેમની પાસે જઈને, **નિબોધત્** - તે પરબ્રહ્મ પરમેશ્વરને જાણી લો, **કવય:** - ત્રિકાલને જાણનારાઓ, **તત્ પથ:** - તે તત્ત્વજ્ઞાનના માર્ગને, **ક્ષુરસ્ય** - છરાની, **નિશિતા દુરત્યયા** - તીક્ષ્ણ કરેલી દુસ્તર, **ધારા** - ધાર જેવો, **દુર્ગમ્** - દુર્ગમ, **વદન્તિ** - કહે છે,

ભાવાર્થ : યમરાજ આપણને આહ્વાન કરે છે કે અવિદ્યાથી ઘેરાયેલા મનુષ્યો જાગો અને અજ્ઞાનમાંથી બહાર આવવા માટે શ્રેષ્ઠ મહાપુરુષો પાસે સામેથી જાઓ અને જ્ઞાન પ્રાપ્ત કરો. પરબ્રહ્મ પરમેશ્વરને જાણી લો, કેમ કે તત્ત્વજ્ઞાનીઓ તે માર્ગને છરાની તીક્ષ્ણ કરેલી દુસ્તર ધાર જેવો અત્યંત દુર્ગમ હોવાનું કહે છે.

અશબ્દમસ્પર્શમરૂપમવ્યયં તથારસં નિત્યમગન્ધવચ્ચ યત્ ।

અનાદ્યનન્તં મહતઃ પરં ધ્રુવં નિચાય્ય તન્મૃત્યુમુખાત્પ્રમુચ્યતે ॥ ૧૫ ॥

શબ્દાર્થ : यत् - જે, अशब्दम् - શબ્દરહિત, अस्पर्शम् - સ્પર્શરહિત, अरूपम् - રૂપરહિત, अरसम् - રસરહિત, च - અને, अगन्धवत् - ગંધ વગરનો છે, तथा - તેમજ, अव्ययम् - અવિનાશી, नित्यिम् - નિત્ય, अनादि - આદિરહિત, अनन्तम् - અંતરહિત, महतः परम् - મહાન આત્માથી શ્રેષ્ઠ, ध्रुवम् - સર્વથા સત્ય તત્ત્વ છે, तत् - તે પરમાત્માને, निचाच्य - જાણીને, मृत्युमुखात् - મૃત્યુના મુખથી, प्रमुच्यते - હંમેશ માટે છૂટી જાય છે.

ભાવાર્થ : યમરાજા પરમાત્માના આધિદૈવિક સ્વરૂપનું વર્ણન કરે છે. પરમાત્મા શબ્દરહિત, સ્પર્શરહિત, રૂપરહિત, રસરહિત અને ગંધ વગરના છે. આનો અર્થ એવો થાય કે આધિદૈવિક પરમ તત્ત્વ કયારેય મનુષ્યરૂપે કે પ્રાણીરૂપે જન્મ લેતું નથી. કેમ કે જન્મ લે તો ઉપર મુજબના ગુણો તેનામાં આવી જાય.

પરમાત્મા અવિનાશી છે, નિત્ય છે એટલે કે તેમને જન્મ-મરણ નથી, તે મહાન છે અને પૃથ્વી પરના કોઈપણ જીવાત્માથી અથવા બધા જીવાત્માના સરવાળાથી પણ ઉપર છે અને તે સર્વથા સત્ય તત્ત્વ છે. આવા પરમાત્માના આધિદૈવિક સ્વરૂપને જાણીને મનુષ્ય મૃત્યુના મુખમાંથી કાયમના માટે છૂટી જાય છે. તેનો જીવ મૃત્યુ પછી બ્રહ્મલોકમાં જાય છે, જ્યાં તેનું સૂક્ષ્મ શરીર પણ રહેતું નથી એટલે પછી નવા જીવનની કોઈ ગુંજાઈશ રહેતી નથી.

નાચિકેતમુપાખ્યાનં મૃત્યુપ્રોક્ત꣍ સનાતનમ્ ।

ઉક્ત્વા શ્રુત્વા ચ મેધાવી બ્રહ્મલોકે મહીયતે ॥ ૧૬ ॥

શબ્દાર્થ : मेधावी - બુદ્ધિમાન મનુષ્ય, मृत्युप्रोक्तम् - યમરાજ વડે કહેવામાં આવેલા, नाचिकेतम् - નચિકેતાના, सनातनम् - સનાતન, उपाख्यानम् - ઉપાખ્યાનનું, उक्त्वा - વર્ણન કરીને, च - અને, श्रुत्वा - શ્રવણ કરીને, ब्रह्मलोके - બ્રહ્મ લોકમાં, महीयते - મહિમાન્વિત થાય છે, પ્રતિષ્ઠાવાન્ થાય છે.

य इमं परमं गुह्यं श्रावयेद्ब्रह्मसंसदि ।
प्रयतः श्राद्धकाले वा तदानन्त्याय कल्पते

तदानन्त्याय कल्पत इति ।। १७ ।।

શબ્દાર્થ : **यः** - જે માણસ, **प्रयतः** - સર્વથા શુદ્ધ થઈને, **इमम् परमम् गुह्यम्** - આ પરમ ગુહ્ય-રહસ્યમય પ્રસંગને, **ब्रह्मसंसदि** - બ્રાહ્મણોની સભામાં, **श्रावयेत्** - સંભળાવે છે, **वा** - અથવા, **श्राद्धकाले** - શ્રાદ્ધ વખતે સંભળાવે છે, **तत्** - (તેનું) તે સાંભળવારૂપ કર્મ, **आनन्त्याय कल्पते** - અનંત થવામાં સમર્થ થાય છે, **तत् आनन्त्याय कल्पते इति** - તે અનંત થવામાં સમર્થ થાય છે,

ભાવાર્થ : જે માણસ સર્વ રીતે શુદ્ધ થઈને આ પરમ ગુહ્ય પ્રસંગને બ્રાહ્મણોની સભામાં સંભળાવે છે અથવા શ્રાદ્ધ વખતે ભોજન લેનારાઓને સંભળાવે છે તેનું તે સંભળાવારૂપ કર્મ અવિનાશી ફળ આપવામાં સમર્થ થાય છે, અનંત ફળવાળું થાય છે.

અધ્યાય - ૨ વલ્લી - ૧

પરાઞ્ચિ ખાનિ વ્યતૃણત્સ્વયંભૂસ્તસ્માત્પરાઙ્પશ્યતિ નાન્તરાત્મન્
કશ્ચિદ્ધીરઃ પ્રત્યગાત્માનમૈક્ષદાવૃત્તચક્ષુરમૃતત્વમિચ્છન્ ॥ ૧ ॥

શબ્દાર્થ : **સ્વયંભૂઃ** - સ્વયં પ્રકટ થનારા પરમેશ્વરને, **ખાનિ** - સર્વ ઇન્દ્રિયોને, **પરાઞ્ચિ** - બહારની જ બાજુ જનારી બનાવીને, **વ્યતૃણત્** - હણી નાખી છે, **તસ્માત્** - તેથી (માણસ ઇન્દ્રિયો વડે ઘણે ભાગે), **પરાઙ્** - બહારની વસ્તુઓને જ, **પશ્યતિ** - જુએ છે, **અન્તરાત્મન્** - અંતર આત્માને, **ન** - નહીં, **કશ્ચિત્ ધીરઃ** - કોઈ (ભાગ્યશાળી) બુદ્ધિમાન માણસે જ, **અમૃતત્વમ્** - અમર પદને, **ઇચ્છન્** - પામવાની ઇચ્છા કરીને, **આવૃત્તચક્ષુઃ** - ચક્ષુ વગેરે ઇન્દ્રિયોને બાહ્ય વિષયો તરફથી પાછી ફેરવીને, **પ્રત્યગાત્માનમ્** - અંતર આત્માને, **ઐક્ષત્** - જોયો છે.

ભાવાર્થ : પરમાત્માને લીલા કરવી હતી અને એક જ પરમાત્મા જયારે નિમિત્ત અને ઉપાદાન કારક હોય ત્યારે વૈવિધ્ય કેળવ્યા વિના સૃષ્ટિની રચના શક્ય ન બને. આ વૈવિધ્ય કેળવવા માટે પરમાત્માએ જીવાત્માની અંદર ત્રણ ગુણોનું સ્થાપન કર્યું. જેને લીધે ગુણોની વધઘટને કારણે વ્યક્તિ અલગ અલગ સ્તર પર સ્થિર થાય અને પંચમહાભૂતના સતત પરિવર્તન દ્વારા એક વિશાળ ભૌતિક માળખું તેણે બનાવ્યું. ઇન્દ્રિયોને બહિર્મુખ બનાવી અને વિષયોને ઇન્દ્રિયો કરતાં શક્તિશાળી બનાવ્યા. તેને કારણે જીવ વિષયોમાં જ રમે છે અને અંતર્યામીને જોવાનું ભૂલી જાય છે, પરંતુ જે પ્રભુપ્રાપ્તિમાં મક્કમ છે તે ઇન્દ્રિયોને બાહ્ય વિષયોમાંથી પાછી વાળીને પ્રભુકાર્યમાં જોડે છે તેને પરમાત્માનાં દર્શન થાય છે.

પરાચઃ કામાનનુયન્તિ બાલાસ્તે મૃત્યોર્યન્તિ વિતતસ્ય પાશમ્
અથ ધીરા અમૃતત્વં વિદિત્વા ધ્રુવમધ્રુવેષ્વિહ ન પ્રાર્થયન્તે ॥ ૨ ॥

શબ્દાર્થ : બાલાઃ - જે મૂર્ખ, પરાચઃ કામાન્ - બાહ્ય ભોગોનું, અનુયન્તિ - અનુસરણ કરે છે, તે - તેઓ, વિતતસ્ય - સર્વત્ર ફેલાયેલા, મૃત્યોઃ - મૃત્યુના, પાશમ્ - બંધનમાં, યન્તિ - પડે છે, અથ - પણ, ધીરાઃ - બુદ્ધિમાન માણસો, ધ્રુવમ્ - નિત્ય, અમૃતત્ત્વમ્ - અમરપદને, વિદિત્વા - વિવેક વડે જાણીને, ઇહ - આ જગતમાં, અધ્રુવેષુ - અનિત્ય ભોગોમાંથી કોઈને, ન પ્રાર્થયન્તે - ઇચ્છતા નથી, અર્થાત્ તેમાં આસક્ત થતા નથી.

ભાવાર્થ : મૂર્ખ માણસો બાહ્ય ભોગોમાં રચ્યાપચ્યા રહી તેમની પાછળ લાગ્યા રહે છે. તેઓ મૃત્યુના સર્વત્ર ફેલાયેલા પાશમાં બંધાય છે - તેમાં પડે છે; પરંતુ વિવેકી પુરુષો અમરત્વને ધ્રુવ (નિશ્ચળ) જાણીને સંસારના અનિત્ય પદાર્થોમાંનો કોઈપણ પદાર્થ મેળવવાની ઇચ્છા કરતા નથી.

યેન રૂપં રસં ગંધં શુદ્ધાન્સ્પર્શાઁશ્ચ મૈથુનાન્ ।

એતેનૈવ વિજાનાતિ કિમત્ર પરિશિષ્યતે ॥ એતદ્વૈ તત્ ॥ ૩ ॥

શબ્દાર્થ : યેન - જેના અનુગ્રહથી માણસ, શબ્દાન્ - શબ્દોને, સ્પર્શાન્ - સ્પર્શોને, રુપમ્ - રૂપ સમુદાયને, રસ સમુદાયને, ગન્ધમ્ - ગંધ સમુદાયને, ચ - અને મૈથુનાન્ - સ્ત્રી સમાગમ વગેરે સુખોને, વિજાનાતિ - અનુભવે છે, એતેન એવ - એના જ અનુગ્રહથી આ પણ જાણે છે કે, અત્ર કિમ્ - અહીં શું, પરિશિષ્યતે - શેષ રહી જાય છે, એતત્ - એ જ છે, તત્ - તે પરમાત્મા.

ભાવાર્થ : આપણે મોટાભાગે રૂપ, રસ, ગંધ, શબ્દ, સ્પર્શ અને મૈથુન જેવા વિષયોમાંથી સુખ મેળવીએ છીએ કારણ કે આપણને એ ખબર નથી કે વિષય શું છે અને સુખ મેળવવાની પ્રક્રિયા શું છે. હવે પરમાત્મા ઉપાદાન હોવાના કારણે વિષયમાં પણ પરમાત્મા રહેલા છે અને ઇન્દ્રિયોને શક્તિ આપનાર આપણી અંદર બેઠેલા પરમાત્મા એક જ છે. હવે આપણે જેને સુખ સમજીએ છીએ તે એક ક્ષણિક અવસ્થા છે કે જ્યારે આપણું મન

ધ્યાનસ્થ અવસ્થામાં આવી જાય છે અને આપણને જે સ્થિતિ ગમે છે તે તો આપણી કાયમી સ્થિતિ છે. જે આપણે વિષય વિના પણ પ્રાપ્ત કરી શકીએ.

યમરાજાએ નચિકેતાને સમજાવ્યું કે તું જે તત્ત્વની વાત કરતો હતો તે પરમતત્ત્વ આનંદનો સમુદ્ર છે, તે આપણી અંદર જ રહેલું છે. ફકત જરૂર છે ઇન્દ્રિય, મન અને બુદ્ધિને કાયમના માટે પરમ તત્ત્વમાં લીન કરવાની.

સ્વપ્નાન્તં જાગરિતાન્તં ચોભૌ યેનાનુપશ્યતિ ।

મહાન્તં વિભુમાત્માનં મત્વા ધીરો ન શોચતિ ॥ ૪ ॥

શબ્દાર્થ : **સ્વપ્નાન્તમ્** - સ્વપ્નનાં દૃશ્યો અને, **જાગરિતાન્તમ્** - જાગૃત અવસ્થાનાં દૃશ્યો, **ઉભૌ** - આ બંને અવસ્થાઓના દૃશ્યોને, **યેન** - જેનાથી, **અનુપશ્યતિ** - વારંવાર જુએ છે, **તમ્** - તે, **મહાન્તમ્** - સર્વ શ્રેષ્ઠ, **વિભૂમ્** - સર્વ વ્યાપી, **આત્માનામ્** - સર્વના આત્માને, **મત્વા** - જાણીને, **ધીરઃ** - બુદ્ધિમાન માણસ, **ન શોચતિ** - શોક કરતો નથી,

ભાવાર્થ : જાગ્રત અવસ્થામાં સ્થૂળ ઇન્દ્રિયો દ્વારા આપણે જોઈ શકીએ, બોલી શકીએ, સાંભળી શકીએ તે તો સમજાય, પણ સ્વપ્ન અવસ્થામાં કોઈપણ જાતના ભૌતિક પદાર્થ વિના આપણે તેમને જોઈ શકીએ છીએ. તેનો અર્થ એ કે સ્થૂળ ઇન્દ્રિય વિના પણ આપણે જોઈ શકીએ છીએ. તો એ શક્તિ આપણને કયાંથી મળે છે ? જો એ સ્રોત એક વખત સમજાઈ જાય પછી કોઈપણ વ્યક્તિ શોકમગ્ન રહી શકે નહીં.

ય ઇમં મધ્વદં વેદ આત્માનં જીવમન્તિકાત્ ।

ઈશાનં ભૂતભવ્યસ્ય ન તતો વિજુગુપ્સતે । એતદ્વૈ તત્ ॥ ૫ ॥

શબ્દાર્થ : યઃ - જે માણસ, **મધ્વદમ્** - કર્મ ફળ આપનારા, **જીવમ્** - સર્વને જીવન આપનારા, **ભૂતભવ્યસ્ત** - ભૂત (વર્તમાન) અને ભવિષ્યનું, **ઇશાનમ્** - શાસન કરનારા, **ઇમમ્** - આ, **આત્માનમ્** - પરમાત્માને, **અન્તિકાત્**

વેદ - સમીપ જાણે છે, તતઃ - ત્યાર પછી તે, **ન વિજુગુપ્સતે** - કોઈની નિંદા કરતો નથી, **એતત્ વૈ** - આ જ, **તત્** - તે છે.

ભાવાર્થ : ભૌતિક જીવનમાં આપણે જોઈએ છીએ કે આપણે જે કોઈ કર્મ કરીએ છીએ તેનું આપણને વહેલું મોડું ફળ મળે છે, જે સાચવીને આપવાની કોઈપણ વ્યક્તિની ક્ષમતા બહારની વાત છે, માટે જે પરમાત્મા દરેકના કર્મ ફળને સાચવે છે અને ત્રણે કાળમાં એનો અમલ કરે છે તે પરમાત્માને એક વખત જાણી લેવામાં આવે પછી તે વ્યક્તિને કોઈ ચિંતા રહેતી નથી. તે કોઈનું અહિત કરી શકતો નથી. યમરાજાએ કહ્યું કે તું જે તત્ત્વની વાત કરતો હતો તે આ તત્ત્વ છે.

યઃ પૂર્વ તપસો જાતમદ્ભ્યઃ પૂર્વમજાયત ।

ગુહાં પ્રવિશ્ય તિષ્ઠતં યો ભૂતેભિવ્યઁપશ્યત ॥ એતદ્વૈ તત્ ॥ ૬ ॥

શબ્દાર્થ : **યઃ** - જે, **અદ્ભ્યઃ** - જળથી, **પૂર્વમ્** - પહેલાં, અજાયત - હિરણ્ય ગર્ભરુપથી પ્રકટ થયો હતો, **તમ્** - તે, **પૂર્વમ્** - સર્વથી પ્રથમ, **તપસઃ જાતમ્** - તપથી ઉત્પન્ન, **ગુહામ્ પ્રવિશ્ય** - હૃદયગુફામાં પ્રવેશ કરીને, **ભૂતેભિઃ** - જીવાત્માઓની સાથે, **તિષ્ઠતન્મ્** - સ્થિત રહેનારા પરમેશ્વરને, **વ્યપશ્યતઃ** - જુએ છે, **એતત્ વૈ** - આ જ છે, **તત્** - તે.

યા પ્રાણેન સંભવત્યદિતિદેવતામયી ।

ગુહાં પ્રવિશ્ય તિષ્ઠન્તીં ભૂતેભિવ્યઁજાયત ॥ એતદ્વૈ તત્ ॥ ૭ ॥

શબ્દાર્થ : **યા** - જે, **દેવતામયી** - દેવતામયી, **અદિતિઃ** - અદિતિ, **પ્રાણેન** - પ્રાણો સહિત, **સમ્ભવતિ** - ઉત્પન્ન થાય છે, **ભૂતભિઃ** - પ્રાણીઓ સહિત, **વ્યજાયત** - ઉત્પન્ન થાય છે, **ગુહામ્** - હૃદયરુપી ગુફામાં, **પ્રવિશ્ય** - પ્રવેશ કરીને, **તિષ્ઠન્તીમ્** - ત્યાં જ રહેનારી છે તેને, **એતત્ વૈ** - આ જ છે, **તત્** - તે.

ભાવાર્થ : જે સર્વ દેવતામયી ભગવતી અદિતિદેવી સર્વપ્રથમ પરબ્રહ્મના સંકલ્પથી સમસ્ત જગતની જીવન શક્તિ સહિત ઉત્પન્ન થાય છે અને જે બધાં જ પ્રાણીઓના બીજરૂપે પોતાની સાથે લઈને પ્રગટ થઈ છે. તે હૃદયરૂપી ગુહામાં પ્રવેશીને ત્યાં જ રહેનારી ભગવાનની અચિન્ત્ય મહાશક્તિ ભગવાનથી જુદી નથી, તે ભગવાનની શક્તિરૂપે સૌના હૃદયમાં બિરાજમાન છે. તે જ બ્રહ્મ છે, જેના વિષે તું પૂછે છે.

વિવેચન શાસ્ત્રમાં આપણને બ્રહ્માંડની રચના વિશે સંપૂર્ણ વિગત આપવામાં આવેલી છે તે પ્રમાણે પરબ્રહ્મમાંથી કાર્યબ્રહ્મ દ્વારા સૌથી પહેલાં હિરણ્યગર્ભ બહાર આવે છે અને તેમાંથી મહત્‌તત્ત્વ અને એમાંથી ઇન્દ્રિય મન, બુદ્ધિ વગેરે, ત્યારબાદ પંચમહાભૂતો બહાર આવે છે. આમ આખી વ્યવસ્થા ગોઠવાઈ જાય પછી અંતર્યામી પોતે પ્રવેશે છે. જેને આ વાત સમજાઈ જાય છે તે પોતાની અંદર જ બ્રહ્મ તત્ત્વને જુએ છે, ખરેખર તો આ બ્રહ્માંડમાં બ્રહ્મનો આવિર્ભાવ છે જે ઓછા વધતા આવિર્ભાવ વડે વૈવિધ્યનું સર્જન કરે છે.

અરણ્યોર્નિહિતો જાતવેદા ગર્ભ ઇવ સુભૃતો ગર્ભિણીભિઃ ।
દિવે દિવ ઈડ્યો જાગૃવદ્ભિર્હવિષ્મદ્ભિર્મનુષ્યેભિરગ્નિઃ એતદ્વૈ તત્ ॥ ૮ ॥

શબ્દાર્થ : યઃ - જે, **જાતવેદાઃ** - સર્વજ્ઞ, **અગ્નિઃ** - અગ્નિ દેવતા, **ગર્ભિણીભિઃ** - ગર્ભિણી સ્ત્રીઓથી, **સુમૃતઃ** - યોગ્ય ખાનપાન વગેરેથી સારી રીતે પોષાયેલા, **ગર્ભ** - ગર્ભની, **ઇવ** - પેઠે, **અરણ્યોઃ** - બે અરણીઓમાં, **નિહિતઃ** - રક્ષાયેલા છે-છુપાયેલા છે, **જાગૃવદ્ભિઃ** - સાવધાન, **હવિષ્મદ્ભિ** - હવન કરવા યોગ્ય સામગ્રીઓથી, **મનુષ્યેભિઃ** - મનુષ્યો વડે, **દિવે દિવે** - પ્રતિદિન, **ઈડ્યઃ** - સ્તુતિ કરવા યોગ્ય, **એતત્ વૈ** - આ જ છે, **તત્** - તે.

ભાવાર્થ : સ્ત્રી જ્યારે ગર્ભવતી બને છે તે દિવસે તેની અંદર એક પણ લક્ષણ બહારથી દેખાતું નથી. જેવી રીતે કાષ્ટમાં અગ્નિ રહેલો હોવા છતાં બીજા કોઈ અગ્નિ વડે સળગાવવામાં ન આવે ત્યાં સુધી તે અગ્નિ

દેખાતો નથી. પરંતુ એ ગર્ભ એક દિવસ એક મહાન વ્યક્તિ બની શકે છે. જેવી રીતે બે પથ્થર વચ્ચે છુપાયેલો અગ્નિ એક સમયે બહુ મોટો દાવાનળ પેદા કરી શકે છે, તેવી રીતે જે પ્રમાદ શૂન્ય છે અને સતત પ્રવૃતિશીલ છે તે કોઈપણ કાર્ય સિદ્ધ કરી શકે છે, કારણ કે કાર્ય સિદ્ધ કરવાની ક્ષમતા તેની અંદર છુપાયેલી છે.

યતશ્રોદેતિ સૂર્યોઽસ્તં યત્ર ચ ગચ્છતિ ।
તં દેવાઃ સર્વે આર્પિતાસ્તદુ નાત્યેતિ કશ્ચન ॥ એતદ્વૈ તત્ ॥ ૯ ॥

શબ્દાર્થ : **યત્** - જયાંથી, **સૂર્યઃ** - સૂર્ય, **ઉદેતિ** - ઉદય પામે છે, **ચ** - અને, **યત્ર** - જયાં, **અસ્તમ્ ચ** - અસ્તભાવને પણ, **ગચ્છતિ** - પામે છે, **સર્વે** - બધા, **દેવાઃ** - દેવતાઓ, **તમ્** - તેનામાં જ, **અર્પિતાઃ** - પ્રવિષ્ટ (રહેલા છે), **તત્ ઉ** - તે પરમેશ્વરને, **કશ્ચન** - કોઈ, **ન અત્યેતિ** - ઓળંગી શકતો નથી, **એતત્ વૈ** - આ જ છે, **તત્** - તે.

ભાવાર્થ : સૂર્ય એ પૃથ્વી પરના તમામ જીવો અને પંચમહાભૂતોની શક્તિનો સ્રોત છે. સૂર્યનું સર્જન પરમાત્માએ કર્યું છે અને અન્ન તથા ઇન્દ્રિયાભિમાની દેવતાઓનું પણ સર્જન પરમાત્માએ જ કરેલું છે, તે તો પરમાત્માની ઉપર શું તેની બરાબરી પણ કોઈ કરી શકતું નથી કારણ કે તે બધાથી આદિ છે, અને શક્તિશાળી છે.

યદવેહ તદમુત્ર યદમુત્ર તદન્વિહ ।
મૃત્યોઃ સ મૃત્યુમાપ્નોતિ ય ઇહ નાનેવ પશ્યતિ ॥ ૧૦ ॥

શબ્દાર્થ : **યત્ ઇહ** - જે પરબ્રહ્મ અહીં છે, **તત્ એવ અમુત્ર** - તે જ ત્યાં છે, **યત્ અમુત્ર** - જે ત્યાં છે, **તત્ અનુ ઇહ** - તે અહિયા, **સઃ મૃત્યોઃ** - મનુષ્ય, **મૃત્યુમ્** - મૃત્યુથી (વારંવાર જન્મભરણને), **આપ્નોતિ** - પામે છે, કારણ કે **યઃ** - તે, **શ્ચપ** - આ જગતભાં, **નાના ઇવ** - અનેકની પેઠે, **પશ્યતિ** - જુએ છે,

ભાવાર્થ : પરમાત્માના ત્રણ સ્વરૂપ છે આધિભૌતિક, આધિઆત્મિક અને આધિદૈવિક. એક જ તત્ત્વ આ ત્રણે સ્વરૂપમાં પ્રકાશિત થાય છે. જે

વ્યક્તિ પરમાત્માના આ ત્રણે અને કયાંય નાનાત્વ (પરમાત્માની સૂક્ષ્મ આંતરિક શક્તિમાં અવિશ્વાસ કરતો નથી) જોતો નથી. તે અમરત્વ પ્રાપ્ત કરે છે પરંતુ જે સંકુચિતતામાં રમે છે અને પરમાત્માની શક્તિ પર અવિશ્વાસ કરે છે તે નિશ્ચિત જન્મ - મરણને પ્રાપ્ત થાય છે.

મનસૈવેદમાપ્તવ્યં નેહ નાનાસ્તિ કિઞ્ચન ।

મૃત્યોઃ સ મૃત્યું ગચ્છતિ ય ઇહ નાનવે પશ્યતિ ॥ ૧૧ ॥

શબ્દાર્થ : **મનસા એવ** - શુદ્ધ મનથી જ, **ઇદમ્ આપ્તવ્યમ્** - આ પરમ પરમાત્મત્વ તત્ત્વ પ્રાપ્ત કરવા યોગ્ય છે, **ઇહ** - આ જગતમાં, **નાના** - ભિન્ન ભિન્ન ભાવ, **કિંચન** - કાંઈ પણ, **ન અસ્તિ** - નથી, **યઃ ઇહ** - જે આ જગતમાં, **નાના એવ** - અનેકથી પેઠે, **પશ્યતિ** - જુએ છે, **સઃ** - તે મનુષ્ય, **મૃત્યોઃ** - મૃત્યુથી, **મૃત્યુમ્ ગચ્છતિ** - મૃત્યુને પ્રાપ્ત થાય છે.

ભાવાર્થ : આ પરમ તત્ત્વ સુધી પહોંચવા માટેનું ઉત્તમ સાધન મન છે. કારણ કે દ્વૈત ભાવનું મૂળ મનમાં છે અને સંકુચિતતાનું મૂળ પણ દ્વૈતભાવમાં છે. ખરેખર બ્રહ્મતત્ત્વમાં કોઈ ભિન્નતા નથી. પંચમહાભૂત પણ એક જ તત્ત્વનો વિલાસ છે માટે આપણે આપણા મનને નવધાભક્તિ દ્વારા એવી રીતે તૈયાર કરવું જોઈએ કે જેથી તે સતત વિશાળતામાં રહે અને કોઈપણ પ્રકારની સંકુચિતતામાં બંધાય નહીં.

અઙ્ગુષ્ઠમાત્રઃ પુરુષો મધ્ય આત્મનિ તિષ્ઠતિ ।

ઈશાનો ભૂતભવ્યસ્ય ન તતો વિજુગુપ્સતે ॥ એતદ્વૈ તત્ ॥ ૧૨ ॥

શબ્દાર્થ : **અઙ્ગુષ્ઠમાત્રઃ** - અંગૂઠા જેવડો, **પુરુષઃ** - પરમ પુરુષ, **આત્મનિ મધ્યે** - શરીરના મધ્યભાગ - હૃદયાકાશમાં, **તિષ્ઠતિ** - સ્થિત છે, **ભૂતભવ્યસ્ય** - જે ભૂત અને ભવિષ્યનું, **ઈશાનઃ** - શાસન કરનારા છે, **તતઃ** - તેને જાણી લીધા પછી, **ન વિજુગુપ્સતે** - તે કોઈની પણ નિંદા કરતો નથી, **એતત્ વૈ** - આ જ છે, **તત્** - તે.

अङ्गुष्ठमात्र: पुरुषो ज्योतिरिवाधूमक: ।
ईशानो भूतभव्यस्य स एवाद्य स उ श्व: एतद्वै तत् ॥ १૩ ॥

શબ્દાર્થ : **अङ्गुष्ठमात्र: पुरुष** - અંગૂઠા જેવડા પરિમાણવાળો પરમપુરુષ પરમાત્મા, **अधूमक:** - ધૂમરહિત, **ज्योति: इव** - જયોતિની પેઠે છે, **भूतभव्यस्य** - ભૂત અને ભવિષ્ય પર, **ईशान:** - શાસન કરનારો, **स: एव अद्य** - તે પરમાત્મા આજ છે, **उ** - અને, **स: श्व:** - તે જ કાલે પણ છે, **एतत्** - આ જ છે, **तत्** - તે.

ભાવાર્થ : આ પરમતત્ત્વ આપણા દરેકના હૃદયમાં રહેલ છે. પરંતુ અવિદ્યાને કારણે આપણને તેનું જ્ઞાન થતું નથી. આ જ પરમતત્ત્વ ભૂત, વર્તમાન અને ભવિષ્ય પર શાસન કરે છે છતાં અજ્ઞાનતાને કારણે આપણને તેની સત્તાનો અહેસાસ થતો નથી. પરંતુ જેને આત્મજ્ઞાન થઈ જાય છે તે વ્યક્તિને પરમાત્માના સામર્થ્યનો ખ્યાલ આવી જાય છે અને પોતાની શક્તિ અને મર્યાદાનો પણ ખ્યાલ આવી જાય છે. જેથી તે કોઈની નિંદા કરતો નથી, કોઈ પ્રત્યે ઘૃણા કરતો નથી તથા તેની અંદર રાગ-દ્વેષ ટકી શકતા નથી. ત્યાં સુધી કે એ પોતાના શરીરની રક્ષા કરવાનો પ્રયાસ પણ કરતો નથી.

યમરાજાએ કહ્યું, હે નચિકેતા, તું જે તત્ત્વને શોધી રહ્યો હતો તે જ આ તત્ત્વ છે.

यथोदकं दुर्गे वृष्टं पर्वतेषु विधावति ।
एवं धर्मान्पृथक्पश्यम्तानेवानुविधावति ॥ १४ ॥

શબ્દાર્થ : **यथा** - જેવી રીતે, **दुर्गे** - ઊંચા શિખર પર, **वृष्टम्** - વરસેલું, **उदकम्** - જળ, **पर्वतेषु** - પહાડના અનેક સ્થળોમાં, **विधावति** - ચારે બાજુ વહી જાય છે, **एवं** - તેવી જ રીતે, **धर्मान्** - ભિન્ન ભિન્ન ધર્મોથી યુક્ત દેવ,

અસુર, મનુષ્ય વગેરેને, **પૃથક્** - પરમાત્માથી ભિન્ન, **પશ્યન્** - જોઈને, **તાન્ એવ** - તેમની જ, **અનુવિધાવતિ** - પાછળ દોડતો રહે છે.

ભાવાર્થ : આ શ્લોકમાં યમરાજા અદ્વૈત વિચારધારાનું મહત્ત્વ અને દ્વૈત વિચારધારાના પરિણામને દૃષ્ટાંત આપીને સમજાવે છે. જેવી રીતે એક પર્વતના શિખર પર પડેલું પાણી ચારે બાજુ વહી જાય છે અને તેને એકત્ર કરવાનું કામ મુશ્કેલ બની જાય છે, પરિણામે તે પાણી ઉપયોગમાં લઈ શકાતું નથી, તેવી રીતે દ્વૈત ભાવથી જુદા જુદા આત્માઓમાં એક પરમાત્માને બદલે અલગ અલગ ભાવનું સેવન કરે છે, તે પરમાત્માએ લીલા માટે બનાવેલા અલગ અલગ સ્વભાવ યુક્ત દેવ, અસુર, મનુષ્ય વગેરેને પરમાત્માથી ભિન્ન માને છે અને કોઈના તરફ લાભથી આકર્ષાય છે કે કોઈનાથી ડરે છે તે શુભ - અશુભ લોકમાં અથવા ઊંચ - નીચ યોનિમાં ભટકયા કરે છે.

યથોદકં શુદ્ધે શુદ્ધમાસિક્તં તાદૃગેવ ભવતિ ।
એવં મુનેર્વિજાનત આત્મા ભવતિ ગૌતમ ॥ ૧૫ ॥

શબ્દાર્થ : **યથા** - જેવી રીતે, **શુદ્ધે (ઉદકૈ)** - નિર્મળ જળમાં, **આસિક્તમ્** - સર્વ બાજુથી વરસાવવામાં આવેલું, **શુદ્ધમ્** - નિર્મળ, **ઉદકમ્** - જળ, **તાદૃક્ એવ** - તેવું જ, **ભવતિ** - થઈ જાય છે, **એવમ્** - તેવી રીતે, **ગૌતમ** - હે ગૌતમ વંશમાં ઉત્પન્ન થયેલા નચિકેતા, **વિજાનતઃ** - કેવલ પરબ્રહ્મ પુરુષોત્તમ જ સર્વ કાંઈ છે, **મુનેઃ** - મુનિનો, **આત્મા** - આત્મા, **ભવતિઃ** - (બ્રહ્મને પ્રાપ્ત) થઈ જાય છે.

ભાવાર્થ : પરંતુ એ જ વરસાદનું પાણી નિર્મળ સ્વચ્છ પાત્રમાં ઝીલવામાં આવે તો તે જળમાં વિકાર ઉત્પન્ન થતો નથી, એટલે કે તે ગંદુ થતું નથી અને તે પાણીનો પૂરેપૂરો સદ્ઉપયોગ કરી શકાય. તે જ પ્રમાણે જો માણસમાં અદ્વૈતજ્ઞાન આવી જાય તો તેને ચારે બાજુ પરમાત્મા વ્યાપ્ત

દેખાય, એટલે દરેકમાં પરમાત્મા જ દેખાય. જેની અસર રૂપે તેની અંદર વિવેક જાગૃત થાય. તેનો સ્વભાવ બદલાય, તે બધાની સાથે હળી મળીને કામ કરતો થાય અને પોતાના કલ્યાણની સાથે સમષ્ટિના આયોજનમાં સહભાગી થઈ જાય. તેમજ ધીરેધીરે તેની એવી સ્થિતિ બની જાય કે તેની સમસ્ત વાસનાઓ નિર્મૂળ થઈ જાય અને તેનાં કર્મનાં ફળ નાશ પામે અને તે બાકીનું જીવન લોકસંગ્રહ માટે નિષ્કામ કર્મમાં વાપરે તથા મૃત્યુ પછી દેવયાન માર્ગ દ્વારા બ્રહ્મલોકના દ્વાર સુધી પહોંચીને સૂક્ષ્મદેહનો નાશ થવાની સાથે જ પરમતત્ત્વમાં લીન થઈ જાય છે.

અધ્યાય - ૨ વલ્લી - ૨

પુરમેકાદશદ્વારમજસ્યાવક્રચેતસઃ ।

અનુષ્ઠાય ન શોચતિ વિમુક્તશ્ચ વિમુચ્યતે ॥ એતદ્વૈ તત્ ॥ ૧ ॥

શબ્દાર્થ : અવક્રચેતસઃ - સરલ, વિશુદ્ધ જ્ઞાન સ્વરૂપ, અજસ્ય - અજન્મા પરમેશ્વરનું, એકાદશદ્વારમ્ - અગિયાર દ્વાર વાળું (મનુષ્ય શરીરરૂપ), પુરમ્ - નગર, અસ્તિ - છે, અનુષ્ઠાય - સાધન કરીને, ન શોચતિ - કયારેય શોક કરતો નથી, ચ - એટલું જ નહીં પણ, વિમુક્તઃ - જીવનમુકત થઈને, વિમુચ્યતે - મરણ પછી મુકત થઈ જાય છે, એતત્ - આ જ છે, તત્ - તે.

ભાવાર્થ : મોટા ભાગે આપણે એવું માનીએ છીએ કે આપણે શરીર છીએ. અહીં યમરાજા એવું સમજાવે છે કે આપણે આત્મા છીએ અને શરીર એ આપણા જન્મ અને મૃત્યુની વચ્ચેનું હંગામી રહેઠાણનું સ્થાન છે. આ શરીરમાં પાંચ કર્મેન્દ્રિય અને પાંચ જ્ઞાનેન્દ્રિય તથા મન આ અગિયાર દ્વાર છે. જે મનુષ્ય આ શરીર છોડીને આત્માનું ધ્યાન ધરે છે તે કયારેય એક ક્ષણ માટે પણ શોકમગ્ન રહેતો નથી.

દરેક કર્મનું ફળ નિશ્ચિત છે અને સકામ વિકામ કર્મ કરનારને તે અચૂક મળતું હોય છે. પરંતુ જે વ્યક્તિ નિષ્કામ કર્મ કરે છે તેને ફળ મળવાનો કોઈ સંભવ નથી કેમ કે તેને સામેથી ફળનો ત્યાગ કરેલો છે. જેને પણ આત્મજ્ઞાન લાધે છે તે સકામ, વિકામ કર્મ કરતો નથી. ફકત નિષ્કામ કર્મ કરે છે અને આ શરીરની હયાતીમાં જ તે લોક સંગ્રહ માટે નિષ્કામ કર્મ કરતો હોઈ તે મુકત જ છે અને મૃત્યુ પછી પણ વાસનાઓ નિર્મૂળ થઈ હોવાને કારણે તેનું બ્રહ્મલોક પ્રતિ ગમન સહજ છે.

હંસઃ શુચિષદ્વસુરન્તરિક્ષસદ્વોતા વેદિષદતિથિદુરોણસત્

નૃષદ્વરસદૃતસમદ્વ્યોમસદબ્જા ગોજા ઋતજા અદ્રિજા ઋતં બૃહત્ ॥ ૨ ॥

શબ્દાર્થ : શુચિષત્ - વિશુદ્ધ પરમધામમાં રહેનારો, હંસઃ - સ્વંયપ્રકાશ છે, અન્તરિક્ષસત્ - અંતરિક્ષમાં નિવાસ કરનારો, વસુઃ - વસુ છે, દુરોણસત્ - ઘરોમાં હાજર થનારો, અત્તિથિઃ - અતિથિ છે, વેદિષત્ હોતા - યજ્ઞની વેદિ પર સ્થાપિત અગ્નિ સ્વરુપ તેમજ તેમાં આહુતિ નાખનારો 'હોતા' છે, નૃષત્ - સર્વ મનુષ્યમાં રહેનારો, વરસત્ - મનુષ્ય કરતાં શ્રેષ્ઠ એવો દેવતાઓમાં રહેનારો, ઋતસત્ - સત્યમાં રહેનારો, વ્યોમસત્ - આકાશમાં રહેનારો, અબ્જાઃ - જળમાં નાનારુપથી પ્રકટ થનારો, ગોજાઃ - પૃથ્વીમાં નાનારુપોથી પ્રકટ થનારો, ઋતજાઃ - સત્કર્મોમાં પ્રકટ થનારો, અદ્રિજાઃ - પર્વતોમાં અનેક રુપે પ્રકટ થનારો, વૃહત્ ઋતમ્ - તે સર્વથી મોટું પરમ સત્ય છે,

ભાવાર્થ : પરમાત્માના આધિભૌતિક અને આધિઆત્મિક સ્વરુપનું વર્ણન કરતાં યમરાજા સમજાવે છે કે તે પરમ તત્ત્વ અંતરિક્ષમાં વિચરનાર વસુનામે દેવતા છે તે જ સૂર્ય છે, તે જ યજ્ઞની વેદીમાં રહેલો અગ્નિ છે, તે જ હોતા છે અને તમામ મનુષ્યમાં રહેલા અંતર્યામી છે. તે જ પાણીમાં રહેલા મગરમચ્છ છે, તે જ વૃક્ષ છે, તે જ અન્ન છે અને ઔષધિ છે. તે જ નદી છે, પર્વત છે અને તે જ પરમતત્ત્વ મહાન પરમાત્મા છે જેને વિષે તું પૂછે છે.

ઊર્ધ્વ પ્રાણમુન્નયત્યપાનં પ્રત્યગસ્યતિ ।

મધ્યે વામનમાસીનં વિશ્વે દેવા ઉપાસતે ॥ ૩ ॥

શબ્દાર્થ : પ્રાણમ્ - તે પ્રાણને, ઊર્ધ્વમ્ - ઉપરની બાજુ, ઉન્નયતિ - ઉઠાવે છે, અપાનમ્ - અપાનને, પ્રત્યક્ અસ્યતિ઼ - નીચે ધકેલે છે, મધ્યે - શરીરના મધ્યમાં, આસીનમ્ - બેઠેલા, વામનમ્ - સર્વ શ્રેષ્ઠ ભજવા યોગ્ય પરમાત્માની, વિશ્વેદેવાઃ - સર્વ દેવતાઓ, ઉપાસતે - ઉપાસના કરે છે,

ભાવાર્થ : વધુમાં તે જ આપણી અંદર પ્રાણને ફેરવે છે અને આપણા હૃદયમાં બિરાજમાન છે. દેવતાઓ તેની જ ઉપાસના કરે છે.

અસ્ય વિસ્રંસમાનસ્ય શરીરસ્થસ્ય દેહિનઃ ।
દેહાદ્વિમુચ્યમાનસ્ય કિમત્ર પરિશિષ્યતે ॥ એતદ્વૈ તત્ ॥ ૪ ॥

શબ્દાર્થ : અસ્ય - આ, **શરીરસ્થસ્ય** - શરીરમાં રહેલા, **વિસ્રંસમાનસ્ય** - એક શરીરમાંથી બીજા શરીરમાં જનારા, **દેહિનઃ** - જીવાત્માના, **દેહાત્** - શરીરમાંથી, **વિમુચ્યમાનસ્ય** - નીકળી ગયા પછી, **અત્ર** - અહીં, **કિમ્ પરીશિષ્યતે** - શું શેષ રહે છે ? **એતત્ વૈ** - આ જ છે, **તત્** - તે,

ભાવાર્થ : માણસ જયારે મૃત્યુ પામે છે ત્યારે તેનું ભૌતિક શરીર તો અહિયા જ રહેલું હોય છે પણ તેમાંથી ચૈતન્ય નીકળી જવાને કારણે તે શરીર ઠંડું પડી જાય છે અને સડવાની પ્રક્રિયા શરૂ થાય છે અને ધીમે ધીમે પાંચે પાંચ મહાભૂતો સમષ્ટિમાં ભળી જાય છે. જયાંથી આવ્યા ત્યાં ચાલ્યા જાય છે. પરંતુ તે પહેલાં સૂક્ષ્મ શરીર સાથે જીવાત્મા બહાર નીકળે છે અને જીવની મનસ્થિતિ પ્રમાણે નવો જન્મ ધારણ કરીને સમષ્ટિમાંથી પંચમહાભૂતને લઈને નવું શરીર બનાવે છે અને વાસનાઓ પ્રમાણે તેનો સ્વભાવ બને છે. આવી રીતે જીવાત્મા અને પંચમહાભૂતની સ્થિતિમાં ફેરબદલ થવા છતાં પરમ તત્ત્વમાં કોઈ ફેરફાર થતો નથી તે હંમેશાં સમાન ભાવે રહે છે. તે પંચમહાભૂતરૂપી જડ પ્રકૃતિમાં તીરોહિત રૂપે તેમજ જીવરૂપી ચૈતન્ય પ્રકૃતિમાં સમાન ભાવે રહે છે, એટલે મૃત્યુ પછી જે શેષ રહે છે તે આ તત્ત્વ છે જેના વિશે તમે પૂછ્યું હતું.

ન પ્રાણેન નાપાનેન મર્ત્યો જીવતિ કશ્ચન ।
ઇતરેણ તુ જીવન્તિ યસ્મિન્નેતાવુપાશ્રિતૌ ॥ ૫ ॥

શબ્દાર્થ : કશ્ચન - કોઈપણ, **મર્ત્ય** - મરણધર્મા પ્રાણ, **ન પ્રાણેન** - નથી તો પ્રાણથી, **ન અપાનેન** - નથી અપાનથી, **જીવતિ** - જીવે છે, **તુ** - પણ, **યસ્મિન્** - જેમાં, **એતૌ ઉપાશ્રિતૌ** - આ બંને આશ્રય પામેલા છે, **ઇતરેણ** - તે બીજાથી જ, **જીવન્તિ** - જીવે છે,

ભાવાર્થ : આપણું મૃત્યુ પ્રાણ કે અપાનથી થતું નથી અને આપણી અંદર સર્વસમર્થ આત્મા જ છે તે સમજાવતાં યમરાજ કહે છે કે આપણા શરીરની અંદર રહેલ પ્રાણને લીધે આપણે જીવિત રહેતા નથી. પરંતુ આપણા જીવનનો આધાર આપણી અંદર રહેલા (અંતર્યામી રૂપે) પરમાત્મા ઉપર છે. જીવનની તમામ શક્તિ આપણને તે પરમતત્ત્વમાંથી મળે છે. આપણો પ્રાણ પણ જીવાત્માને જ આશ્રિત છે. તેના વિના એક ક્ષણ માટે પણ જીવન શક્ય નથી. અને જયારે જીવાત્મા શરીરમાંથી નીકળે છે ત્યારે તેની સાથે પ્રાણ સૂક્ષ્મ સ્વરૂપે, બુદ્ધિ, મન, ચિત્ત લઈને નીકળી જાય છે. તેમજ તે સૂક્ષ્મ સ્વરૂપે રહેલું આપણું શરીર પંચમહાભૂતને લઈને નવું શરીર ધારણ કરે છે. ટૂંકમાં આપણું મૃત્યુ થતું નથી, પરંતુ જેમ આપણે જૂનાં કપડાં કાઢી નવાં કપડાં પહેરીએ છીએ તેમ જીવાત્મા જૂનું શરીર છોડી નવું શરીર ધારણ કરે છે.

હન્ત ત ઇદં પ્રવક્ષ્યામિ ગુહ્યં બ્રહ્મ સનાતનમ્ ।

યથા ચ મરણં પ્રાપ્ય આત્મા ભવતિ ગૌતમ્ ॥ ૬ ॥

શબ્દાર્થ : **ગૌતમ** - હે ગૌતમવંશીય નચિકેતા, **ગુહ્યમ્ સનાતનમ્** - રહસ્યમય સનાતન, **બ્રહ્મ** - બ્રહ્મ, **ચ** - અને, **આત્મા** - જીવાત્મા, **મરણમ્ પ્રાપ્ય** - મરણને પ્રાપ્ત કર્યા પછી, **યથા** - જેવી રીતે, **ભવતિ** - રહે છે, **ઇદમ્ તે** - આ વાત તમને, **હન્તિ પ્રવક્ષ્યામિ** - હવે હું ફરીથી કહીશ.

ભાવાર્થ : હવે યમરાજા નચિકેતાને મૃત્યુ પછી જીવનની સ્થિતિ સમજાવે છે અને મૃત્યુ પછીની મનઃસ્થિતિ પ્રમાણે તેની વાસનાના સ્તર પ્રમાણે જીવની સૂક્ષ્મ શરીર સાથે કેવી સ્થિતિ હોય છે તે સમજાવે છે અને સાથે સાથે પરમાત્માનો પણ કેવી રીતે અધિભૂત અને અધિઆત્મ સ્વરૂપે આવિર્ભાવ થાય છે તે પણ સમજાવે છે.

યોનિમન્યે પ્રપદ્યન્તે શરીરત્વાય દેહિનઃ ।
સ્થાણુમન્યેઽનુસંયન્તિ યથાકર્મ યથાશ્રુતમ્ ॥ ૭ ॥

શબ્દાર્થ : **યથાકર્મ** - જેનું જેવું કર્મ હોય છે, **યથાશ્રુતમ્** - અને શાસ્ત્ર વગેરે શ્રવણથી જેને જેવો ભાવ પ્રાપ્ત થયો હોય છે, **શરીરત્વા** - શરીર ધારણ કરવાને માટે, **અન્યે** - કેટલાય, **દેહિનઃ** - જીવાત્માઓ તો, **યોનિમ્** - યોનિઓને, **પ્રપદ્યન્તે** - પ્રાપ્ત થઈ જાય છે અને, **અન્યે** - બીજા, **સ્થાણુમ્** - સ્થાવર ભાવને, **અનુસંયન્તિ** - અનુસરે છે.

ભાવાર્થ : મૃત્યુ પછી સૂક્ષ્મ શરીર સાથે જીવાત્મા આકાશમાં ઉપર જાય છે. પછી નવા જન્મ માટે જીવની ગર્ભરુપે સ્થાપના થાય છે. હવે આ જીવન દરમ્યાન જીવના શુભ - અશુભ કર્મો, ગુરુ અને શાસ્ત્રનું સેવન અને તેના વ્યવસાય પ્રમાણે તેની વાસના બંધાય છે. જે જીવના પુણ્ય ઓછાં અને પાપ વધારે હોય તે પશુ - પક્ષીનું રૂપ ધારણ કરે છે. જેના પાપ એથીયે અધિક હોય તે વૃક્ષનું શરીર ધારણ કરે છે.

ય એષ સુપ્તેષુ જાગર્તિ કામં કામં પુરુષો નિર્મિમાણઃ ।
તદેવ શુક્રં તદ્બ્રહ્મ તદેવામૃતમુચ્યતે ।
તસ્મિઁલ્લોકાઃ શ્રિતાઃ સર્વે તદુ નાત્યેતિ કશ્ચન । એતદ્વૈ તત્ ॥ ૮ ॥

શબ્દાર્થ : **યઃ એષઃ** - જે આ, **કામમ્ કામમ્** - નાના પ્રકારના ભોગોનો નિર્માણ કરનારો, **પુરુષઃ** - પરમ પુરુષ પરમેશ્વર, **સુપ્તેષુ** - સૂઈ ગયા છતાંય, **જાગર્તિ** - જાગતો રહે છે, **તત્ એવ** - તે જ, **શુક્રમ્** - શુક્ર છે, **તદ્ બ્રહ્મ** - તે જ પરબ્રહ્મ છે, **અમૃતમ્** - અમૃત, **ઉચ્યતે** - કહેવાય છે, **તાસ્મિન્** - તેનામાં જ, **સર્વ** - બધા, **લોકાઃ શ્રિતાઃ** - લોક આશ્રય પામેલા છે, **તત્ કશ્ચન ઉ** - તેને કોઈપણ, **ન અત્યેતિ** - અતિક્રમણ કરી શકતું નથી, **એતત્ વૈ** - આ જ છે, **તત્** - તે,

ભાવાર્થ : જીવના જન્મ-મરણને નકકી કરનાર વ્યવસ્થાનું સંચાલન પરમાત્મા કરે છે. આ પરમાત્મા પ્રલય કાળમાં પણ જાગૃત રહેતા હોય છે, એટલે જયારે પૃથ્વી પરના તમામ જીવો અને પંચમહાભૂતનું અસ્તિત્વ સ્થૂળમાંથી મટી સૂક્ષ્મમાં જાય છે ત્યારે પણ પરમાત્મા જાગતા હોય છે, અને બ્રહ્માના દિવસનું આયોજન કરતા હોય છે. તે જ વિશુદ્ધ દિવ્ય તત્ત્વ પરમાત્મા છે, તે જ પરબ્રહ્મ છે. તેને જ અમૃત કહેવાય છે. આ સર્વલોક તેને જ આશ્રિત છે, તેનું કોઈ અતિક્રમણ કરી શકતું નથી. આ જ તે બ્રહ્મતત્ત્વ છે જેના વિશે તમે પૂછ્યું હતું.

અગ્નિર્યથૈકિ ભુવનં પ્રવિષ્ટો રૂપં રૂપં પ્રતિરૂપો બભૂવ ।

એકસ્તથા સર્વભૂતાન્તરાત્મા રૂપં રૂપં પ્રતિરૂપો બહિશ્ચ ॥ ૯ ॥

શબ્દાર્થ : यथા - જેવી રીતે, **भुवनम्** - સમસ્ત બ્રહ્માંડમાં, **प्रविष्ट:** - પ્રવિષ્ટ, **एक: अग्नि:** - એક જ અગ્નિ, **रूपम् रूपम्** - અનેક રુપોમાં, **प्रतिरूप:** - તેમના જેવા જ રુપવાળો, **बभूव** - થઈને રહ્યો છે, **तथા** - તેવી જ રીતે, **सर्वभूतान्तरात्मा** - સઘળા પ્રાણીઓનો અંતરઆત્મા પરબ્રહ્મ, **एक:** - એક હોવા છતાં, **रूपम् रूपम्** - નાના રુપોમાં, **प्रतिरूप:** - તેમના જેવા જ રુપવાળો થઈને, **च बहि:** - તથા તેમની બહાર પણ છે.

ભાવાર્થ : હવે યમરાજા ભૌતિક દૃષ્ટાંત આપીને પરમાત્માનું સર્વવ્યાપક રુપ સમજાવે છે. જેવી રીતે સમસ્ત બ્રહ્માંડમાં વ્યાપ્ત એક જ અગ્નિ નાના નાના રુપવાળો થઈને નાનો મોટો દેખાય છે. જેમ કે અગરબત્તીમાં એકદમ નાનો, દિવાસળીમાં થોડો મોટો, મીણબત્તીમાં તેનાથી મોટો, મશાલમાં તેનાથી પણ મોટો, હોળીમાં તેનાથી પણ મોટો દેખાય છે પરંતુ આ દરેકમાં અગ્નિ તત્ત્વ એક સમાન છે. જીવ ભૌતિક માપ, મર્યાદાના પ્રમાણે આપણને તે નાનો - મોટો દેખાય છે. ખરેખર તેવું નથી. અગ્નિ દરેકમાં

સમાન છે તેવી રીતે આ પરમ તત્ત્વ અંતર્યામી સ્વરૂપે દરેકમાં એક સમાન રહેલો હોવા છતાં આપણને કોઈ નાનો, કોઈ મોટો, કોઈ ગરીબ, કોઈ તવંગર, કોઈ શક્તિશાળી, કોઈ શક્તિહીન, કોઈ સત્તાધીશ, કોઈ સત્તાહીન દેખાય છે. પણ ખરેખર તે સત્ય નથી. આત્મા દરેકની અંદર સમાન ભાવે રહેલો છે. ફક્ત લીલા દ્વારા વૈવિધ્ય કેળવવા માટે તેનો આવિર્ભાવ દરેક વ્યક્તિના જુદા જુદા માપ અને કદને કારણે આપણને જુદો દેખાય છે. મૂળ સ્વરૂપે દરેક જીવાત્મામાં રહેલા સૂક્ષ્મ આત્મામાં કોઈ જ ભેદ નથી, તેમજ પરમાત્મામાં કોઈ જ ભેદ નથી. મૂળ પરમાત્મા આધિદૈવ સ્વરૂપે (સૂક્ષ્મ સ્વરૂપે) અને શક્તિ રૂપે આ બધાથી અલિપ્ત રહેલો છે. દરેકની અંદર રહેતો હોવા છતાં કોઈપણ જીવાત્માના ભાવોથી તે લેપાયમાન થતો નથી.

વાયુર્યથૈકો ભુવનં પ્રવિષ્ટો રૂપં રૂપં પ્રતિરૂપો બભૂવ ।
એકતસ્થા સર્વભૂતાન્તરાત્મા રૂપં રૂપં પ્રતિરૂપો બહિશ્ચ ॥ ૧૦ ॥

શબ્દાર્થ : यथा - જેવી રીતે, **भुवनम्** - સમસ્ત બ્રહ્માંડમાં, **प्रविष्ट:** - પ્રવિષ્ટ, **एक: वायु:** - એક જ વાયુ, **रूपम् रूपम्** - નાના રૂપોમાં, **प्रतिरूप:** - તેમના જેવા જ રૂપવાળો, **बभूव** - થઈ રહ્યો છે, **तथा** - તેવી જ રીતે, **सर्वभूतान्तरात्मा** - સર્વ પ્રાણીઓનો અંતરાત્મા પરબ્રહ્મ, **रूपम् रूपम्** - નાના રૂપોમાં, **प्रतिरूप:** - તેમના જેવા જ રૂપવાળો, **च बहि:** - ને તેમની બહાર પણ છે,

ભાવાર્થ : યમરાજ આગળના શ્લોકમાં કહેલી વાતને વાયુના દૃષ્ટાંતથી સમજાવે છે. જેવી રીતે એક વાયુ અવ્યક્ત રૂપથી સકળ બ્રહ્માંડમાં વ્યાપ્ત છે તો પણ વ્યક્તિમાં ભિન્ન ભિન્ન વસ્તુના સહયોગથી તે વસ્તુને અનુરૂપ ગતિ અને શક્તિવાળો દેખાય છે. તેવી જ રીતે સમસ્ત પ્રાણીની અંદર એક જ આત્મા સમાન ભાવે રહેલો હોવા છતાં જુદો દેખાય છે તેનો તે જ આત્મા તમામ પ્રાણી અને પંચમહાભૂતની બહાર પણ સૂક્ષ્મરૂપે રહેલો છે.

સૂર્યો યથા સર્વલોકસ્ય ચક્ષુર્ન લિપ્યતે ચાક્ષુષૈર્બાહ્યદોષૈઃ ।
એકસ્તથા સર્વભૂતાન્તરાત્મા ન લિપ્યતે લોકદુઃખેન બાહ્યઃ ॥ ૧૧ ॥

શબ્દાર્થ : યથા - જેવી રીતે, સર્વલોકસ્ય - સમસ્ત બ્રહ્માંડનો, ચક્ષુઃ સૂર્યઃ - પ્રકાશક સૂર્ય, ચાક્ષુષૈઃ - લોકોની આંખોથી થનારા, બાહ્યદોષૈઃ - બહારના દોષોથી, ન લિપ્યતે - લેપાતો નથી, તથા - તેવી જ રીતે, સર્વભૂતાન્તરાત્મા - સર્વ પ્રાણીઓનો અંતરાત્મા, એકઃ - એક પરબ્રહ્મ પરમાત્મામાં, લોકદુઃખેન - લોકોના દુઃખથી, ન લિપ્યતે - લેપાતો નથી, બાહ્ય - સર્વમાં રહેલો હોવા છતાંય સર્વથી ભિન્ન છે,

ભાવાર્થ : હવે સૂર્યનું દૃષ્ટાંત આપીને સમજાવે છે કે એક જ સૂર્યનો પ્રકાશ અલગ અલગ વસ્તુ અને નેત્રને પ્રકાશિત કરતો હોવા છતાં તેમના દોષથી સૂર્ય લેપાતો નથી. એવી જ રીતે પરમાત્મા નિઃસંગ હોવાને કારણે દરેક જીવાત્માની અંદર અંતર્યામી રૂપે રહેલા હોવા છતાં જીવાત્માના દોષથી પરમાત્મા લેપાતા નથી. પરંતુ અવિચળ સ્વરૂપે દરેક જીવાત્માની બહાર સ્થિર થાય છે.

એકો વશી સર્વભૂતાન્તરાત્મા એકં રૂપં રૂપં બહુધા યઃ કરોતિ ।
તમાત્મસ્થં યેઽનુપશ્યન્તિ ધીરાસ્તેષાં સુખં શાશ્વતં નેતરેષામ્ ॥ ૧૨ ॥

શબ્દાર્થ : યઃ - જે, સર્વભૂતાન્તરાત્મા - સર્વ પ્રાણીઓનો અંતર્યામી, એકઃ વશી - અદ્વિતીય તેમજ સર્વને વશમાં રાખનારાને, અને, યઃ - જે, એકમ રૂપમ્ - એક જ રૂપને, બહુધા - અનેક પ્રકારનું બનાવી લે છે તે પરમાત્માને, યે ધીરાઃ - જે જ્ઞાની પુરુષો, અનુપશ્યન્તિ - નિરંતર જોતા રહે છે, તેષામ્ - તેમને જ, શાશ્વતમ્ સુખમ્ - સદા અટલ રહેનારું પરમાનંદ સ્વરૂપ વાસ્તવિક સુખ મળે છે, ઇતરેષામ્ - બીજાઓને નથી મળતું.

ભાવાર્થ : હવે પરમાત્માનું સર્વ સામર્થ્ય સમજાવે છે. જે પરમાત્મા હંમેશાં સર્વના અંતરાત્મારૂપથી સ્થિત છે, જે અદ્વિતીય છે, ને જગતમાં દેવ, મનુષ્ય વગેરે બધાને હંમેશાં પોતાના વશમાં રાખે છે, તે જ સર્વ શક્તિમાન પરમેશ્વર પોતાના એક જ રૂપને પોતાની લીલાથી અનેક પ્રકારનું બનાવી લે છે. તે પરમાત્માને જે જ્ઞાની મહાપુરુષ નિરંતર પોતાની અંદર રહેલા જુએ છે તેમને જ સદા સ્થિર રહેનારો આનંદ મળે છે. બીજાઓને તેવો આનંદ મળતો નથી.

નિત્યોઽનિત્યાનાં ચેતનશ્ચેતનાનામેકો બહુનાં યો વિદધાતિ કામાન્ ।

તમાત્મસ્થં યેઽનુપશ્યન્તિ ધીરાસ્તેષાં શાન્તિઃ શાશ્વતી નેતરેષામ્ ॥ ૧૩ ॥

શબ્દાર્થ : યઃ - જે, **નિત્યનામ્** - નિત્યોનો, **નિત્યઃ** - નિત્ય છે, **ચેતનાનામ્** - ચેતનાનું પણ, **ચેતનઃ** - ચેતન છે, **એકઃ બહુનામ્** - એટલો જ આ અનેક (જીવો) ની, **કામાન્** - કામનાઓનું, **વિદધાતિ** - વિધાન કરે છે, **તમ્ આત્મસ્થમ્** - તે પોતાની અંદર રહેનારાને, **યે ધીરાઃ** - જે જ્ઞાનીઓ, **અનુપશ્યન્તિ** - નિરંતર જોતા રહે છે, **તેષામ્** - તેમને જ, **શાશ્વતી શાન્તિઃ** - સદા અટલ રહેનારી શાંતિ પ્રાપ્ત થાય છે, **ઇતરેષામ્ ન** - બીજાઓને નહીં.

ભાવાર્થ : હવે પરમાત્મા માણસની અંદર રહેલી અમાપ શક્તિઓનો તેને અહેસાસ કરાવે છે. બ્રહ્માંડમાં જેટલા ચૈતન્ય સભર જીવો છે તે દરેકને ચૈતન્ય પ્રદાન કરનાર એક જ પરમાત્મા તેમના કર્મફળને સાચવવાનું અને સમયે સમયે તેમને પરત આપવાનું આયોજન કરે છે તથા સમસ્ત સૃષ્ટિનું કુશળતા પૂર્વક સંચાલન કરે છે અને સૂર્ય, ચંદ્ર, ગ્રહો વગેરેને તેમની મર્યાદામાં રાખે છે તે પરમાત્માને જે જ્ઞાની પુરુષ પોતાની અંદર નિરંતર રહેલા જુએ છે તેમને જ સદા સ્થિર રહેનારી અટલ શાંતિ મળે છે. જેઓ આ પરમાત્માને પોતાની અંદર જોતા નથી તેઓ લઘુતાગ્રંથિથી બંધાય છે,

અને કેટલાય જન્મો પછી પ્રભુકૃપાથી મળેલો આ મનુષ્ય જન્મ ગુમાવે છે. આ જન્મ દરમ્યાન સતત અશાંતિમાં જીવી અને વાસનાઓ પ્રમાણે કોઈ નીચી યોનિમાં નવો જન્મ લે છે.

તદેતદિતિ મન્યન્તેઽનિર્દેશ્યં પરમં સુખમ્ ।

કથં નુ તદ્વિજાનીયાં કિમુ ભાતિ વિભાતિ વા ॥ ૧૪ ॥

શબ્દાર્થ : *તત્* - તે, *અનિર્દેશ્યમ્* - અનિર્વચનીય, *પરમમ્* - પરમ, *સુખમ્* - સુખ, *એતત્* - આ, *ઇતિ* - આમ, *મન્યન્તે* - માને છે, *તત્* - તેને, *કથમ્ નુ* - કઈ રીતે, *વિજાનીયામ્* - હું સારી પેઠે જાણું-સમજું, *કિમુ* - કે તે, *ભાતિ* - પ્રકાશિત થાય છે, *વા* - કે, *વિભાતિ* - અનુભવમાં આવે છે !

ભાવાર્થ : આત્મજ્ઞાન પામેલા મહાપુરુષો એવું માને છે કે આ પરબ્રહ્મ જ અલૌકિક શ્રેષ્ઠ આનંદ છે, (સચ્ચિદાનંદ છે,) જેનું મન કે વાણીથી વર્ણન કરી શકાતું નથી. તે પરમાનંદ સ્વરૂપ પરમેશ્વર સૂક્ષ્મ છે. માટે પરોક્ષ રીતે જોઈ શકાય નહીં. તો હું અપરોક્ષ રુપથી કેવી રીતે જાણું કે તે જ પરમ આનંદ સ્વરૂપ પરમાત્મા પ્રત્યક્ષ પ્રગટ થયેલા છે અને સતત આપણા અનુભવમાં આવી રહેલા છે ? તેમની આપણને સતત અનુભૂતિ થઈ રહેલી છે આ વાત હું કેવી રીતે સમજાવું ?

ન તત્ર સૂર્યો ભાતિ ન ચન્દ્રતારકં નેમા વિદ્યુતો ભાન્તિ કુતોઽયમગ્નિઃ ।

તમેવ ભાન્તમનુભાતિ સર્વં તસ્ય ભાસા સર્વમિદં વિભાતિ ॥ ૧૫ ॥

શબ્દાર્થ : *તત્ર* - ત્યાં, *ન સૂર્યઃ ભાતિ* - ન સૂર્ય પ્રકાશિત થાય છે, *ન ચન્દ્રતારકમ્* - ન ચંદ્રમા અને તારાઓનો સમુદાય પ્રકાશિત થાય છે, *ન ઇમાઃ વિદ્યુતઃ ભાન્તિ* - આ વીજળીઓ પણ પ્રકાશિત થતી નથી, *અયમ્ અગ્નિઃ કુતઃ* - તો પછી આ અગ્નિ કઈ રીતે પ્રકાશિત થઈ શકે છે ! કેમ કે, *તમ્* - તેના,

ભान्तम् एवः - પ્રકાશિત થવાથી જ, **सर्वम्** - ઉપર કહેલા સૂર્ય વગેરે બધા, **अनुभाति** - પ્રકાશિત થાય છે, **तस्य भासा** - તેના જ પ્રકાશથી, **इदम् सर्वम्** - આ સકળ જગત, **विभाति** - પ્રકાશિત થાય છે.

ભાવાર્થ : હવે યમરાજ પરમાત્મા જયાં બિરાજે છે તે બ્રહ્મલોકનું વર્ણન કરે છે, જયાં સૂર્ય પ્રકાશિત થઈ શકતો નથી કારણ કે સૂર્ય તે પરમાત્મામાંથી જ તેજ મેળવે છે અને પરમાત્માનો પ્રકાશ સૂર્ય કરતાં હજારો ગણો વધુ છે, ત્યાં ચંદ્ર, તારા અને વીજળી કે લૌકિક અગ્નિની તો શી વિસાત હોય ! આપણે જે કોઈ પ્રકાશ જોઈ રહ્યા છીએ કે જે કોઈ તેજ તત્ત્વ જોઈ રહ્યા છીએ તે સર્વ પ્રકાશનું મૂળ પરમાત્મામાં જ છે. જેવી રીતે પૃથ્વી પરના સર્વ પ્રકાશનું મૂળ સૂર્યમાં છે.

અધ્યાય - ૨ વલ્લી - ૩

ऊर्ध्वमूलोऽवाक्शाख एषोऽश्वत्थः सनातनः ।

तदेव शुक्रं तद्ब्रह्म तदेवामृतमच्यते ।

तस्मिँल्लोकाः श्रिताः सर्वे तदु नात्येति कश्चन ॥ एतद्वै तत् ॥ ૧ ॥

શબ્દાર્થ : ऊर्ध्वमूलः - ઉપરની તરફ મૂળવાળું, अवाक्शाखः - નીચેની તરફ શાખાવાળું, एषः - આ, सनातनः अश्वत्थः - સનાતન પીપળાનું વૃક્ષ છે, तन्मूलम् - એનું મૂળભૂત, तत् एव शुकम् - તે જ વિશુદ્ધ તત્વ છે, तत् ब्रह्म - તે જ બ્રહ્મ છે, तत् एव - તે જ, अमृतम् उच्यते - અમૃત કહેવાય છે, सर्वे लोकाः - બધા લોક, तस्मिन् - તેના જ, श्रिताः - આશ્રિત છે, कश्चन उ - કોઈપણ, तत् - તેને, न अत्येति - ઓળંગી શકતું નથી, एतत् - આ જ છે, तत् - તે.

ભાવાર્થ : યમરાજા બ્રહ્મતત્ત્વને વધુ વિગતે સમજાવવા માટે વૃક્ષના દષ્ટાંતનો ઉપયોગ કરે છે. આ એવું વૃક્ષ છે જેનું મૂળ ઉપરની બાજુએ છે અને થડ, ડાળી, પાન નીચેની બાજુએ છે. જેવી રીતે એક નાના બીજમાંથી (ખસખસ જેવડા દાણામાંથી) ધીમે ધીમે મોટું વડ જેવું વૃક્ષ બની જાય છે. તેવી રીતે પરમાત્મામાંથી આ સમગ્ર બ્રહ્માંડ બહાર આવે છે. તે પહેલાં તે બ્રહ્માંડ પરમાત્મામાં સૂક્ષ્મ રૂપે, કારણ સ્વરૂપે સ્થિત હતું જ. જેવી રીતે વૃક્ષનાં થડ ડાળી, પાન, એક જ બીજમાંથી બહાર આવે છે અને જેવી રીતે વૃક્ષ પાછું તેના મૂળ બીજમાં સમાઈ જાય છે તેવી રીતે બ્રહ્માંડ તેના મૂળમાં એટલે કે પરમાત્મામાં પ્રલય સમયે કારણ સ્વરૂપે સમાઈ જાય છે.

આ બ્રહ્મ તત્વ સર્વવ્યાપી, સર્વસમર્થ અને આનંદનો સાગર છે. પૃથ્વી પરના તમામ લોકો તેને આશ્રિત છે અને તેના એક અંશ અંતર્યામીમાંથી તે શક્તિ મેળવે છે.

યદિદં કિં જગત્સર્વં પ્રાણ એજતિ નિઃસૃતમ્
મહદ્ભયં વજ્રમુદ્યતં ય એતદ્વિદુરમૃતાસ્તે ભવન્તિ ॥ ૨ ॥

શબ્દાર્થ : નિઃસૃતમ્ - નીકળેલું, ઇદમ્ યત્ કિંચ - આ જે કાંઈ પણ, સર્વમ્ જગત્ - સંપૂર્ણ જગત છે, પ્રાણે એજતિ - તે પ્રાણ સ્વરૂપ પરમેશ્વરમાં જ ચેષ્ટા કરે છે, એતત્ - આ, ઉદ્યતમ્ વજ્રમ્ - ઉગામેલા વજ્રની પેઠે, મહત્ ભયમ્ - મહાન ભય સ્વરૂપ પરમેશ્વરને, યે વિદુઃ - જેઓ જાણે છે, તે - તેઓ, અમૃતાઃ ભવન્તિ - અમર થઈ જાય છે.

ભયાદસ્યાગ્નિસ્તપતિ ભયાત્તપતિ સૂર્યઃ ।
ભયાદિન્દ્રશ્ચ વાયુશ્ચ મૃત્યુર્ધાવતિ પઞ્ચમઃ ॥ ૩ ॥

શબ્દાર્થ : અસ્ય ભયાત્ - એના જ ભયથી, અગ્નિઃ તપતિ - અગ્નિ તપે છે, ભયાત્ - ભયથી, સૂર્ય તપતિ - સૂર્ય તપે છે, ચ - અને, ભયાત્ - એના જ ભયથી, ઇન્દ્રઃ વાયુઃ - ઈન્દ્ર, વાયુ, ચ - તેમ જ, પઞ્ચમઃ મૃત્યુઃ - પાંચમા મૃત્યુ દેવતા, ધાવતિ - પ્રવૃત થઈ રહે છે.

ભાવાર્થ : યમરાજ પરમેશ્વરનું એક બીજું રૂપ સમજાવે છે. પરબ્રહ્મ પરમાત્મા દયાળુ, કૃપાળુ, માયાળુ અને કરુણાના સાગર હોવા છતાં સમસ્ત બ્રહ્માંડના શાસક છે. તેઓએ પોતાની અંદરથી જ બ્રહ્માંડને પેદા કર્યું છે. તેનું સુવ્યવસ્થિત સંચાલન કરે છે અને તેઓ કુશળ વહીવટકર્તા છે. તે સર્વ દેવતાઓ તેની આસપાસ સેવામાં તત્પર રહે છે. તેમના ભયથી અગ્નિ તપે છે. ઈન્દ્ર પણ તેમની સેવામાં હાજર થઈ જાય છે. કર્મ ફળની વ્યવસ્થા નિયમિત અને કોઈપણ જાતની ભૂલ વગર જળવાય છે. મૃત્યુ પણ તેના કામમાં પ્રવૃત રહે છે. આવા સર્વશક્તિમાન પરમાત્માને જે તત્ત્વજ્ઞાની પુરુષો જાણે છે તે અમર થઈ જાય છે, અર્થાત્ જન્મ - મરણમાંથી છૂટી જાય છે.

ઇહ ચેદશકદ્બોદ્ધું પ્રાક્શરીરસ્ય વિસ્રસઃ ।
તતઃ સર્ગેષુ લોકેષુ શરીરત્વાય કલ્પતે ॥ ૪ ॥

શબ્દાર્થ : ચેત્ - જો, **શરીરસ્ય** - શરીરનું, **વિસ્ત્રસ:** - પતન થાય તે, **પ્રાક્** - પહેલાં, **ઇહ** - આ મનુષ્ય શરીરમાં જ, **બોદ્ધુમ્** - પરમાત્માનો સાક્ષાત્, **અશકત્** - કરી શકયા, **તત:** - નહીં તો પછી, **સર્ગેષુ** - અનેક કલ્પો સુધી, **લોકેષુ** - વિવિધ લોક અને યોનિઓમાં, **શરીરત્વાય કલ્પતે** - શરીર ધારણ કરવા માટે ફરજ પડે છે.

ભાવાર્થ : પરમાત્મા કુશળ શાસક છે. પોતે નિમિત્ત અને ઉપાદાન કારક બનીને સૃષ્ટિની રચના કરી છે. જેના માટે વૈવિધ્ય જરૂરી છે. આ વૈવિધ્ય કેળવવા માટે દરેક જીવને કોઈપણ એક સમયે અલગ અલગ સ્થિતિમાં મૂકવા પડે, જયાં એક જીવ ખૂબ સુંદર હોય કે શક્તિશાળી હોય ત્યાં બીજા છેડે બીજો જીવ કદરૂપો હોય કે શક્તિહીન હોય. વચ્ચેના બધા જીવોમાં શક્તિ અને સુંદરતા વહેંચાયેલાં હોય. કુશળ ન્યાયાધીશ હોવાને કારણે પરમાત્માએ દરેક જીવને તક પૂરી પાડવી જોઈએ. માટે દરેકે દરેક જીવને કંઈક ખૂબી આપી અને મનુષ્યની શ્રેષ્ઠ પ્રાણી તરીકેની રચના કરી અને વિવેક બુદ્ધિ આપી, વ્યવસ્થા ગોઠવી કે દરેક યોનિમાં ફરતો ફરતો જીવ એક સમયે મનુષ્યનું શરીર પામે. તે સમયે તે તકનો ઉપયોગ કરીને જીવ પોતાની જાતને ધારે તેટલી ઊંચાઈએ લઈ જઈ શકે અને બ્રહ્મલોક સુધી પહોંચી શકે, પરંતુ આ તક ચૂકી જાય તો તેનાં કર્મનાં ફળ અને મૃત્યુ સમયે તેના મનની સ્થિતિના (વાસનાને) આધારે તેનો નવો જન્મ કોઈ યોનિમાં થાય અથવા પાછી ફરીથી તેને બીજી તક મળે. હવે જે વ્યક્તિએ ઉચ્ચ સ્થિતિએ જવું હોય તેમણે પરમાત્માના આ વ્યવસ્થા તંત્રને સમજી લેવું પડે. પરમેશ્વરને ઓળખી લેવા પડે. તો જ તેની ગતિ ઉર્ધ્વલોકમાં થાય.

યથાઽઽદર્શે તથાઽઽત્મનિ યથા સ્વપ્ને તથા પિતૃલોકે ।
યથાપ્સુ પરીવ દદૃશે તથા ગન્ધર્વલોકે છાયાઽઽતપયોરિવ બ્રહ્મલોકે ॥ ૫ ॥

શબ્દાર્થ : **यथा आदर्शे** - જેવી રીતે દર્પણમાં વસ્તુ દેખાય છે, **तथा आत्मनि** - તેવી જ રીતે શુદ્ધ અંતઃકરણમાં, **यथा स्वप्ने** - જેવી રીતે સ્વપ્નમાં, **तथा पितृलोके** - તેવી જ રીતે પિતૃલોકમાં, **यथाप्सु** - જેવી રીતે જળમાં, **गन्धर्वलोके** - તેવી જ રીતે ગંધર્વલોકમાં, **परिददृशे इव** - પરમાત્માની આભા જેવું દેખાય છે, **ब्रह्म लोके** - બ્રહ્મ લોકમાં, **छायाऽऽतपयोः इव** - છાયા અને તાપ તડકાની પેઠે પરમાત્માની ઝલક દેખાય છે.

ભાવાર્થ : પ્રભુ પ્રાપ્તિ માટે પરમાત્માનું દર્શન જરૂરી છે. તેમજ પરમાત્માના દર્શનનો આધાર અંતઃકરણની શુદ્ધિ પર છે. જેનું અંતઃકરણ શુદ્ધ હોય તેને એક સારા દર્પણમાં પ્રતિબિંબ દેખાય એટલા સ્પષ્ટ પરમાત્માનાં દર્શન થાય છે અને જેનો જીવ વાસનાઓમાં રહી જાય છે અથવા તો જે સકામ વ્યવસ્થામાં પ્રવૃત્ત છે તેને સ્વપ્નમાં જેવી રીતે વસ્તુ અસ્પષ્ટ દેખાય છે તેવાં પરમાત્માનાં ઝાંખા ઝાંખા દર્શન થાય છે.

જેવી રીતે જળમાં તેની શુદ્ધતા અને સ્થિરતાના આધારે વસ્તુનું પ્રતિબિંબ પડે છે તેવા જ પરમાત્મા ગંધર્વ લોકમાં દેખાય છે, પરંતુ બ્રહ્મ લોકમાં તો જેમ તડકો ને છાંયો સ્પષ્ટ દેખાય છે તેમ પરમાત્મા અને જીવાત્માનો સંબંધ સ્પષ્ટ દેખાય છે.

इन्द्रियाणां पृथग्भावमुदयास्तमयौ च यत् ।

पृथगुत्पद्यमानानां मत्वा धीरो न शोचति ॥ ६ ॥

શબ્દાર્થ : **पृथक्** - ભિન્ન-ભિન્ન રૂપોમાં, **उत्पद्य मानानाम्** - ઉત્પન્ન થયેલી, **इन्द्रियाणाम्** - ઇન્દ્રિયોની, **यन्** - જે, **पृथक् भावम्** - ભિન્ન-ભિન્ન સત્તા છે, **च** - અને, **यत्** - જે તેમનો, **उदयास्तमयौ** - ઉદય અને લય થઈ જવા રૂપ સ્વભાવ છે, **तत्** - તેને, **मत्वा** - જાણીને, **धीरः** - ધીર પુરુષ, **न शोचति** - શોક કરતો નથી.

વિવેચન : પરમાત્માને લીલા કરવી હતી એટલે પોતાના અંશમાંથી તેમણે જીવાત્મા બનાવ્યા અને વૈશ્વિક મનમાંથી તેમને પૃથક અંત:કરણ આપી ત્રણ ગુણો વડે પંચમહાભૂતને લઈ તેમના અલગ અલગ શરીરો બનાવ્યાં, જેથી વૈવિધ્ય ઉત્પન્ન થાય, જેવી રીતે સોનાની એક લગડીમાંથી અલગ અલગ દાગીના બનાવવામાં આવે છે. સોનું એક જ હોવા છતાં આપણને જુદા જુદા દાગીના મળે છે, તેવી જ રીતે શબ્દ, સ્પર્શ વગેરે વિષયના અનુભવ રૂપ પૃથક પૃથક કાર્ય કરવા માટે ભિન્ન ભિન્ન રૂપમાં ઉત્પન્ન થયેલી ઇન્દ્રિયોના જે ભાવ છે, તેમજ જાગૃત અવસ્થામાં કાર્યશીલ થવું અને સુષુપ્તિમાં લયરૂપ થઈ જવું એવી જે મનની પરિવર્તનશીલતા છે તેની ઉપર વિચાર કરીને બુદ્ધિમાન મનુષ્ય આ રહસ્યને જાણી લે છે કે હું આત્મા છું, પરમાત્માનો અંશ છું. પરમાત્મા જેવો જ છું અને આ ઇન્દ્રિય, મન અને બુદ્ધિ લીલા માટે પરમાત્માએ આપેલાં છે તેનો ઉપયોગ કરીને મારે પરમાત્માની લીલાને માણવાની અને છેલ્લે અંત:કરણને શુદ્ધ કરીને પરમાત્માનાં દર્શન કરીને દુ:ખ શોક રહિત સ્થાન પર પહોંચવાનું છે.

इन्द्रियेभ्यः परं मनो मनसः सत्त्वमुत्तमम् ।

सत्त्वादधि महानात्मा महतोऽव्यक्तमुत्तमम् ॥ ७ ॥

શબ્દાર્થ : इन्द्रियेभ्यः - ઇન્દ્રિયો કરતાં, **मनः** - મન, **परम्** - શ્રેષ્ઠ છે, **मनसः** - મનથી, **सत्त्वम्** - બુદ્ધિ, **उत्तमम्** - ઉત્તમ છે, **सत्त्वात्** - બુદ્ધિથી, **महान् आत्मा** - તેનો સ્વામી જીવાત્મા, **अधि** - ઊંચો છે, **महतः** - જીવાત્માથી, **अव्यक्तम्** - અવ્યક્ત શક્તિ, **उत्तमम्** - ઉત્તમ છે.

ભાવાર્થ : યમરાજા આપણા શરીરની રચનાનું વિગતવાર વર્ણન કરતાં સમજાવે છે કે આપણું શરીર પંચમહાભૂતમાંથી બનેલું છે. તેમાંથી હાડકાં, માંસ, ત્વચા બને છે, જેમાંથી ખોખું તૈયાર થાય છે. શરીરને પરમાત્માની ચેતના સાથે જોડવા માટે સૌથી નીચે ઇન્દ્રિય છે જે પોતે શ્રેષ્ઠ

છે, તેનું સંકલન કરવા માટે મન છે જે ઇન્દ્રિય કરતાં શ્રેષ્ઠ છે. મનની ઉપર બુદ્ધિ છે જે મન કરતાં શ્રેષ્ઠ છે. બુદ્ધિની ઉપર આત્મા છે જે તમામને શક્તિ આપે છે, નિયંત્રણ કરે છે અને તેમનાથી ભિન્ન પણ છે અને આત્મા પરમાત્માનો અંશ છે માટે તેનામાં પરમાત્મા જેટલા જ ગુણો રહેલા છે.

અવ્યક્તાત્તુ પરઃ પુરુષો વ્યાપકોઽલિઙ્ગ એવ ચ ।

યં જ્ઞાત્વા મુચ્યતે જન્તુરમૃતત્વં ચ ગચ્છતિ ॥ ૮ ॥

શબ્દાર્થ : **તુ** - પરંતુ, **અવ્યક્તાત્** - અવ્યકતથી, **વ્યાપકઃ** - વ્યાપક, **ચ** - અને, **અલિઙ્ગઃ** - સર્વથા આકાર રહિત, **પુરુષઃ** - પરમ પુરુષ, **પરઃ** - શ્રેષ્ઠ છે, **યમ્** - જેને, **જ્ઞાત્વા** - જાણીને, **જન્તુઃ** - જીવાત્મા, **મુચ્યતે** - મુકત થઈ જાય છે, **અમૃતત્વમ્** - અમૃતસ્વરૂપ આનંદમય બ્રહ્મને, **ગચ્છતિ** - પામે છે,

ભાવાર્થ : આત્માનો પણ જે સ્વામી છે તે પરમાત્મા નિરાકાર રૂપથી સર્વત્ર વ્યાપક છે, જેને જાણ્યા પછી મનુષ્ય મુકત થઈ જાય છે અને આનંદ સ્વરૂપ બ્રહ્મને પ્રાપ્ત થઈ જાય છે.

ન સંદૃશે તિષ્ઠતિ રૂપમસ્ય ન ચક્ષુસા પશ્યતિ કશ્ચનૈનમ્ ।

હૃદા મનીષા મનસાભિક્લૃપ્તો ય એતદ્વિદુરમૃતાસ્તે ભવન્તિ ॥ ૯ ॥

શબ્દાર્થ : **અસ્ય** - આ પરમેશ્વરનું, **રુપમ્** - વાસ્તવિક સ્વરૂપ, **સંદૃશે** - પોતાની આગળ પ્રત્યક્ષ વિષયના રૂપમાં, **ન તિષ્ઠતિ** - ટકતું નથી, **એનમ્** - એને, **કશ્ચન** - કોઈપણ, **ચક્ષુસા** - ચર્મચક્ષુઓ વડે, **ન પશ્યતિ** - જોઈ શકતું નથી, **મનસા** - મનથી, **અભિક્લૃપ્તઃ** - વારંવાર ચિંતન કરીને ધ્યાનમાં આણેલો, **હૃદા** - નિર્મળ અને નિશ્ચલ હૃદયથી, **મનીષા** - વિશુદ્ધ બુદ્ધિ વડે, **દૃશ્યતે** - જોવામાં આવે છે, **યે એતત્ વિદુઃ** - જેઓ એને જાણે છે, **અમૃતાઃ ભવન્તિ** - તેઓ અમૃત સ્વરૂપ થઈ જાય છે.

ભાવાર્થ : હવે પરમાત્માનું સ્વરૂપ સ્પષ્ટ કરતાં યમરાજ વધુમાં સમજાવે છે કે આ આત્મા નિર્ગુણ, નિરાકાર અને અતિ સૂક્ષ્મ હોવાને કારણે ઇન્દ્રિયોનો વિષય બની શકતો નથી. તેને કારણે આત્માનું રૂપ દૃષ્ટિમાં ટકી શકતું નથી, એટલે કે આત્માનાં દર્શન કરવાં હોય તેણે મનનું નિયમન કરનારી હૃદયમાં રહેલી બુદ્ધિ વડે મનનરૂપ સમ્યક દર્શનથી આત્માની અનુભૂતિ કરવી જોઈએ. જેઓ પરમાત્માને બ્રહ્મરૂપે જાણે છે તેઓ અમર થઈ જાય છે.

યદા પઞ્ચાવતિષ્ઠન્તે જ્ઞાનાનિ મનસા સહ ।

બુદ્ધિશ્ચ ન વિચેષ્ટતિ તામાહુઃ પરમાં ગતિમ્ ॥ ૧૦ ॥

શબ્દાર્થ : **યદા** - જ્યારે, **મનસા સહ** - મનની સાથે, **પઞ્ચ જ્ઞાનાનિ** - પાંચ જ્ઞાનેન્દ્રિયો, **અવતિષ્ઠન્તે** - સારી રીતે સ્થિર થઈ જાય છે, **બુદ્ધિઃ ચ** - તે બુદ્ધિ પણ, **ન વિચેષ્ટતિ** - કોઈપણ પ્રકારની ચેષ્ટા કરતી નથી, **તામ્** - તે સ્થિતિને, **પરમામ્ ગતિમ્ આહુઃ** - પરમ ગતિ કહે છે.

ભાવાર્થ : પ્રભુ પ્રાપ્તિનાં સાધનોનું વર્ણન કરતાં યમરાજ સમજાવે છે કે યોગાભ્યાસ કરતાં કરતાં મન સહિત પાંચેય જ્ઞાનેન્દ્રિયો સારી રીતે સ્થિર થઈ જાય છે અને બુદ્ધિ પણ પરમાત્માનું જ્ઞાન થવાથી અન્ય કોઈ ચેષ્ટા કરતી નથી એટલે કે બુદ્ધિ પણ સ્થિર થઈ જાય છે. જ્યારે મન વિકલ્પો લઈને આવે ત્યારે તેને સમજાવે છે કે અદ્વૈત પ્રવર્તે છે અને ચારે બાજુ પરમાત્માનો વિલાસ હોવાથી શાંત થઈને પ્રભુ કાર્યમાં લાગી જવા સિવાય કોઈ વિકલ્પ નથી, તેવી સ્થિતિને યોગીઓ પરમ ગતિ અથવા યોગની સર્વોત્તમ સ્થિતિ કહે છે.

તાં યોગમિતિ મન્યન્તે સ્થિરામિન્દ્રિયધારણામ્ ।

અપ્રમત્તસ્તદા ભવતિ યોગો હિ પ્રભવાપ્યયૌ ॥ ૧૧ ॥

શબ્દાર્થ : **તામ્** - તે, **સ્થિરમ્ ઇન્દ્રિયધારણામ્** - ઇન્દ્રિયોની સ્થિર ધારણાને જ, **યોગમ્** - યોગ, **મન્યન્તે** - માને છે, **હિ** - કારણ કે, **તદા** - તે સમયે, **અપ્રમત્ત:** - પ્રમાદ રહિત, **ભવતિ** - થઈ જાય છે, **યોગ:** - યોગ, **પ્રભવાપ્યયૌ** - ઉદય અને અસ્ત થનારો છે.

ભાવાર્થ : યોગશાસ્ત્રનું વધુ વિવેચન કરતાં સમજાવે છે કે, ઇન્દ્રિય, મન અને બુદ્ધિ સ્થિર ધારણાનું નામ યોગ છે એમ અનુભવી યોગીઓ માને છે, કારણ કે તે સમયે સાધક વિષય દર્શનરૂપ સર્વ પ્રકારના પ્રમાદથી સર્વથા રહિત થઈ જાય છે, પરંતુ આ યોગ ઉદય અને અસ્ત પામનારો છે, એટલે કે મન ગમે ત્યારે ચંચળ થઈ શકે અને બુદ્ધિ ગમે ત્યારે વિકલ્પો પર નિર્ણય આપી શકે, માટે પરમાત્મા પ્રાપ્તિની ઈચ્છાવાળાએ નિરંતર યોગ યુકત રહેવાનો દૃઢ અભ્યાસ કરવો જોઈઅે.

નૈવ વાચા ન મનસા પ્રાપ્તું શક્યો ન ચક્ષુષા ।
અસ્તીતિ બ્રુવતોઽન્યત્ર કથં તદુપલભ્યતે ॥ ૧૨ ॥

શબ્દાર્થ : **ન વાચ** - ન તો વાણીથી, **ન મનસા** - ન મનથી, **ન ચક્ષુષા એવ** - ન નેત્રોથી પણ, **પ્રાપ્તુમ્ શક્ય:** - પ્રાપ્ત કરી શકાય છે, **તત્ અસ્તિ** - તે અવશ્ય છે, **ઇતિ બ્રુવત: અન્યત્ર** - આ પ્રમાણે કહેનારાથી અતિરિકત બીજાને, **કથમ્** - **લભ્યતે** - કઈ રીતે મળી શકે ?

ભાવાર્થ : પરમાત્મ પ્રાપ્તિનાં સાધનોનું વિગતવાર વર્ણન કરતાં, સમજાવે છે કે પરમાત્મા વાણીથી, નેત્રથી તથા મનથી પ્રાપ્ત કરી શકાતા નથી. પરંતુ તે છે એમ કહેનારા વિવેક યુક્ત જ્ઞાનીઓ જ આપણને પરમાત્માનું દર્શન કરાવી શકે. જેમણે પરમાત્માની અનુભૂતિ કરી નથી તે પરમાત્માનું દર્શન કેવી રીતે કરાવી શકે ?

અસ્તીત્યેવોપલબ્ધવ્યસ્તત્ત્વભાવેન ચોભયો: ।
અસ્તીત્યેવોપલબ્ધસ્ય તત્ત્વભાવ: પ્રસીદતિ ॥ ૧૩ ॥

શબ્દાર્થ : अस्ति - તે અવશ્ય છે, इति एव - આ પ્રમાણે નિશ્ચયપૂર્વક, उपलब्धव्यः - ગ્રહણ કરવું જોઈએ, तदनु - ત્યાર પછી, तत्त्वभावेन - તત્ત્વ ભાવથી પણ, उभयोः - આ બંને પ્રકારોમાંથી, तत्त्वभावः - પરમાત્માનું તાત્ત્વિક સ્વરૂપ, प्रसीदति - શુદ્ધ હૃદયમાં પ્રત્યક્ષ થઈ જાય છે.

ભાવાર્થ : માટે આપણે તે આત્મા છે જ એવી પહેલાં શ્રદ્ધા કેળવવી પડે. બીજી રીતે સૌથી પહેલાં આત્માનો સ્વીકાર કરવો પડે, પછી તેને તત્ત્વ ભાવથી જાણવો પડે. જેને પરમાત્મા છે એવી શ્રદ્ધા દૃઢ થઈ ગઈ છે તેને પરમાત્માનું સાત્ત્વિક સ્વરૂપ પ્રત્યક્ષ થઈ જાય છે.

यदा सर्वे प्रमुच्यन्ते कामा येऽस्य हृदि श्रिताः ।

अथ मर्त्योऽमृतो भवत्यत्र ब्रह्म समश्नुते ॥ ૧૪ ॥

શબ્દાર્થ : अस्य - આ (સાધકના), हृदि श्रिताः - હૃદયમાં રહેલી, कामाः - જે કામનાઓ, सर्वे यदा - છે તે બધી જ્યારે, प्रमुच्यन्ते - સમૂળી નષ્ટ થઈ જાય છે, अथ - ત્યારે, मर्त्य - મરણધર્મા મનુષ્ય, अमृतः - અમર, भवति - થઈ જાય છે, अहीं - અહીં જ, ब्रह्म समश्नुते - બ્રહ્મનો સારી પેઠે અનુભવ થઈ જાય છે.

ભાવાર્થ : જે સમયે સાધકની પરમાત્મા ઉપરની શ્રદ્ધા દૃઢ થાય છે, તત્ત્વભાવથી સમજાઈ જાય છે તે સમયે તેના હૃદયમાં આશ્રય કરી રહેલી સર્વ કામનાઓ છૂટી જાય છે, તેની અંદર રહેલા અહંતા, મમતા રૂપી દોષ નાશ પામે છે અને તે માણસ જીવતેજીવ અમર થઈ જાય છે. અર્થાત્ આ શરીર રહેવા છતાં તે બ્રહ્મભાવને પ્રાપ્ત થઈ જાય છે.

यदा सर्वे प्रभिद्यन्ते हृदयस्येह ग्रन्थयः ।

अथ मर्त्योऽमृतो भक्त्येताबद्धधनुशासनम् ॥ ૧૫ ॥

શબ્દાર્થ : યદા - જ્યારે, *હૃદયસ્ય* - હૃદયની, *સર્વે* - બધી, *ગ્રન્થયઃ* - ગાંઠો, *પ્રભિદ્યન્તે* - સારી પેઠે ખૂલી જાય છે, *અથ* - ત્યારે, *મર્ત્યઃ* - મરણધર્મી મનુષ્ય, *इह* - આ જ શરીરમાં, *અમૃતઃ* - અમર, *ભવતિ* - થઈ જાય છે, *हि એતાવત્* - બસ આટલો જ, *અનુશાસનમ્* - સનાતન ઉપદેશ છે.

ભાવાર્થ : જ્યારે સાધકના હૃદયની અહંતા-મમતારૂપી સમસ્ત અજ્ઞાન ગ્રંથિઓ સારી પેઠે કપાઈ જાય છે, તેના સર્વ પ્રકારના સંશયો સર્વથા નષ્ટ થઈ જાય છે, અને ઉપર કહેલા ઉપદેશ પ્રમાણે તેને એવો દૃઢ નિશ્ચય થઈ જાય છે કે, "પરબ્રહ્મ પરમેશ્વર અવશ્ય છે ને તેની પ્રાપ્તિ જરૂર થાય છે જ" ત્યારે તે આ શરીરમાં રહે છે તેવામાં જ, અર્થાત્ આ જીવનમાં જ પરમાત્માનો સાક્ષાત્કાર કરીને અમર થઈ જાય છે. બસ આટલો જ વેદાંતનો સનાતન ઉપદેશ છે.

શતં ચૈકા ચ હૃદયસ્ય નાડ્યસ્તાસાં મૂર્ધાનમભિનિઃસૃતૈકા ।
તયોર્ધ્વમાયન્નમૃતત્વમેતિ વિષ્વઙ્ડન્યા ઉત્ક્રમણે ભવન્તિ ॥ ૧૬ ॥

શબ્દાર્થ : *હૃદયસ્ય* - હૃદયની, *સતમ્ ચ એકા ચ* - એક સો ને એક, *નાડ્યઃ* - નાડીઓ છે, *તાસામ્* - તેમનામાંની, *એકા* - એક, *મૂર્ધાનમ્* - મૂર્ધા ભણી, *અભિનિઃસૃતા* - નીકળેલી છે, *તયા* - તેનાથી, *ऊર્ધ્વમ્* - ઉપરના લોકમાં, *આયન્* - જઈને, *અમૃતત્વમ્* - અમૃતભાવને, *એતિ* - પ્રાપ્ત થઈ જાય છે, *અન્યાઃ* - બીજી એકસો નાડીઓ, *ઉત્ક્રમણે* - મરણકાળમાં, *વિષ્વઙ્* - નાના પ્રકારની યોનિઓમાં લઈ જવાના હેતુ રૂપ *ભવન્તિ* - હોય છે.

ભાવાર્થ : પરમાત્મા પ્રાપ્તિની યોગિક પ્રક્રિયાનું વર્ણન કરતાં યમરાજા સમજાવે છે કે, હૃદય સાથે એક સો એક નાડીઓ જોડાયેલી છે. તેમાંની એક નાડી કપાળ તરફ જાય છે જેને સુષુમ્ણા કહે છે. જ્યારે જીવ એ નાડીમાં થઈ ઉપર જાય છે ત્યારે તે જીવ અમરત્વને પ્રાપ્ત કરે છે, જ્યારે બાકીની એકસો નાડીઓમાંથી પસાર થતો જીવ જન્મ મરણના ચકકરમાં ફર્યા કરે છે.

અઙ્ગુષ્ઠમાત્રઃ પુરુષોઽન્તરાત્મા સદા જનાનાં હૃદયે સન્નિવિષ્ટઃ ।
તં સ્વાચ્છરીરાત્પ્રવૃહેન્મુઞ્ચાદિવેષીકાં ધૈર્યેણ ।
તં વિદ્યાચ્છુક્રમમૃતં તં વિદ્યાચ્છુક્રમમૃતમિતિ ।। ૧૭ ।।

શબ્દાર્થ : અન્તરાત્મા - સર્વનો અંતર્યામી, અઙ્ગુષ્ઠમાત્રઃ - અંગૂઠામાત્ર પરિમાણવાળો, પુરુષઃ - પરમ પુરુષ, સદા - હંમેશાં, જનાનામ્ - મનુષ્યોના, હૃદયે - હૃદયમાં, સન્નિવિષ્ટઃ - સારી પેઠે પ્રવિષ્ટ છે, તમ્ - તેને, મુઞ્ચાત્ - મુંજથી, ઇષીકામ્ ઇવ - શલાકાની પેઠે, સ્વાત્ શરીરાત્ - પોતાના શરીરથી, ધૈર્યેણ - ધીરતાપૂર્વક, પ્રવૃહેત્ - જુદો કરીનો જોવો, શુક્રમ્ અમૃતમ્ વિદ્યાત્ - વિશુદ્ધ અમૃત સ્વરૂપ જાણવો, તમ્ શુક્રમ્ અમૃતમ્ વિદ્યાત્ - તેને જ વિશુદ્ધ અમૃત સ્વરૂપ જાણવો.

ભાવાર્થ : ઉપસંહાર કરતાં યમરાજા નચિકેતાને સમજાવે છે કે, પરમાત્મા આપણા હૃદયની અંદર સૂક્ષ્મરૂપે સ્થિર રહેલા છે. જેવી રીતે એક સાવરણીમાં રહેલી સળીઓ સાવરણીનો એક ભાગ હોવા છતાં અલગ અલગ રહેલી છે અને તેને સાવરણીમાંથી એક એક કરીને અલગ કરી શકાય છે તેવી રીતે પરમાત્મા આપણા શરીરથી અલગ છે એવી સ્પષ્ટ સમજ કેળવીને ધૈર્યપૂર્વક આત્માને શરીરમાંથી બહાર કાઢીને જુદો કરીને જોવો અર્થાત્ શરીરથી પૃથક કરીને તેનો અનુભવ કરવો અને તેને અમૃતરૂપ જાણવો.

મૃત્યુપ્રોક્તાં નાચિકેતોઽથ લબ્ધ્વા વિદ્યામેતાં યોગવિધિં ચ કૃત્સ્નમ્ ।
બ્રહ્મપ્રાપ્તો વિરજોઽભૂદ્વિમૃત્યુરન્યોઽપ્યેવં યો વિદધ્યાત્મમેવ ।। ૧૮ ।।

શબ્દાર્થ : અથ - આ પ્રમાણે ઉપદેશ સાંભળ્યા પછી, નચિકેતઃ - નચિકેતા, મૃત્યુપ્રોક્તામ્ - યમરાજ વડે બતાવવામાં આવેલી, એતામ્ - આ, વિદ્યામ્ - વિદ્યાને, ચ - અને, કૃત્સ્નમ્ - સંપૂર્ણ, યોગવિધિમ્ - યોગની વિધિને, લબ્ધ્વા - પ્રાપ્ત કરીને, વિમૃત્યુઃ - મૃત્યુથી રહિત, વિરજઃ - વિશુદ્ધ

સર્વ પ્રકારના વિકારોથી શૂન્ય થઈને, **બ્રહ્મપ્રાપ્તઃ અભૂત્** - બ્રહ્મને પ્રાપ્ત થઈ ગયો, **અન્યઃ અપિ યઃ** - બીજો પણ જે કોઈ, **અધ્યાત્મમ્ એવં વિત્** - અધ્યાત્મ વિદ્યાને આ જ પ્રમાણે જાણનારો હોય છે, **એવમ્ (ભવતિ)** - તે પણ તેવો જ થઈ જાય છે.

ભાવાર્થ : યમરાજાએ કહેલી આ વિદ્યા અને સંપૂર્ણ યોગ વિદ્યાને પામીને, નચિકેતા બ્રહ્મભાવને પ્રાપ્ત થઈને સર્વ વિકારોથી શૂન્ય થઈને મૃત્યુ રહિત થઈ ગયા, અમર થઈ ગયા.

વિવેચન : નચિકેતા આપણા પ્રતિનિધિ છે. ઋષિએ આ ઉપનિષદ આપણા માટે જ લખ્યું છે; માટે જેવી રીતે નચિકેતા યમરાજાની આપેલી કોઈ લાલચમાં પડ્યા નહીં અને બ્રહ્મવિદ્યા માટે મક્કમ રહ્યા, તેવી રીતે આપણા જીવનમાં પણ સમૃદ્ધિ અને સત્તારુપી લાલચો આવ્યા કરવાની અને તે સમયે લીધેલો નિર્ણય આપણા ભવિષ્યને નક્કી કરનારો હોય છે, માટે આપણે આપણો પૂરેપૂરો સમય ભૌતિક જીવનને સમૃદ્ધ કરવા માટે સમર્પિત કરવાની જગ્યાએ, જરૂરી સમય બ્રહ્મવિદ્યાના જ્ઞાન માટે ફાળવીને નિષ્કામ કર્મ કરતાં કરતાં નવધા ભક્તિ વડે પરમાત્માને પ્રાપ્ત કરી શકીએ.

પ્રશ્નો અને ઉત્તરો

પ્ર-૧ : નચિકેતા કોનો પુત્ર હતો ?

ઉત્તર : નચિકેતા રાજા ઉદ્દાલકનો પુત્ર હતો.

પ્ર-૨ : નચિકેતાએ તેના પિતાનો વિરોધ કેમ કર્યો ?

ઉત્તર : નચિકેતાએ જોયું કે તેના પિતા દાનમાં વસૂકેલી ગાયો આપતા હતા, જે ગાયો ન દૂધ આપે કે ન બીજા બચ્ચાને જન્મ આપે તો આવી ગાયોનું દાન ખોટું કહેવાય. આને તમસ દાન કહેવાય, જેથી તેમણે પોતાના પિતાનો વિરોધ કર્યો.

પ્ર-૩ : નચિકેતા યમરાજ પાસે કયાં વરદાન માગે છે ?

ઉત્તર : નચિકેતાને યમરાજે ત્રણ વરદાન માગવાની છૂટ આપી ત્યારે તે યમરાજ પાસે ત્રણ વરદાન માગે છે :

પ્રથમ વરદાન - મારા પિતા મારો સ્વીકાર કરે અને શાંત થાય.

બીજું વરદાન - સ્વર્ગ જેનું ફળ છે તે અગ્નિવિદ્યા (અપરાવિદ્યા)નું મને જ્ઞાન આપો.

ત્રીજું વરદાન - મૃત્યુ પછીનું રહસ્ય (પરાવિદ્યા) મને સમજાવો.

પ્ર-૪ : નચિકેતાએ બીજા વરદાનમાં અગ્નિવિદ્યા કેમ માગી ?

ઉત્તર : નચિકેતાએ બીજા વરદાનમાં અગ્નિવિદ્યા માગી કારણ કે, ભૌતિક જીવન જીવવા માટે અગ્નિવિદ્યા બહુ જરૂરી છે. તેની ઉપેક્ષા ન કરી શકાય.

પ્ર-૫ : નચિકેતાએ બ્રહ્મવિદ્યા શા માટે માગી ?

ઉત્તર : નચિકેતા મનુષ્ય જીવનની સાર્થકતા માટે અપરાવિદ્યા અને પરાવિદ્યા બન્નેનું રહસ્ય જાણવા માગતા હતા. તેથી તેમણે યમરાજાને અગ્નિવિદ્યાનું જ્ઞાન આપવી વિનંતી કરી, જે જાણીને મનુષ્ય સંસારમાં ભૌતિક સુખો પ્રાપ્ત કરી શકે, પછી બ્રહ્મવિદ્યા

જાણવાની જિજ્ઞાસા દર્શાવી, જે જાણવાથી મનુષ્યને મૃત્યુનું રહસ્ય, જીવનની સાર્થકતા, આત્મા અને પરમાત્મા વિશેનું જ્ઞાન એટલે બ્રહ્મવિદ્યા પ્રાપ્ત થાય.

પ્ર-૬ : આનંદ પ્રાપ્ત કરવા શું કરવું જોઈએ ?

ઉત્તર : આનંદ પ્રાપ્ત કરવા સદાચારી બનવું જરૂરી છે. તેમાં ઈન્દ્રિયો અને ચિત્તને શાંત કરવા પડે અને ઈન્દ્રિયોને અંતરમુખી કરી પરમાત્મા તરફ વાળવી પડે.

પ્ર-૭ : પ્રભુ પ્રાપ્તિ માટે સૌથી પહેલાં શું કરવું જોઈએ ?

ઉત્તર : પ્રભુ પ્રાપ્તિ માટે પ્રથમ નિષ્કામતા જરૂરી છે. ઉપરાંત વાસના કે કામના રહિત બની ઈન્દ્રિયો પર વિજય મેળવવો જરૂરી છે.

પ્ર-૮ : આત્મા કેવો છે ?

ઉત્તર : આત્મા અજર, અમર, અવિનાશી, ચૈતન્ય સ્વરૂપ છે, જે પરમાત્માનો અંશ છે. તે આપણી અંદર રહેલો છે, જેના વડે આપણે ચૈતન્ય અનુભવી શકીએ છીએ.

પ્ર-૯ : હું કોણ છું ?

ઉત્તર : હું આ પંચમહાભૂતથી બનેલું શરીર નથી, પરંતુ પરમાત્માનો અંશ ચૈતન્ય સ્વરૂપ આત્મા છું.

પ્ર-૧૦ : બ્રહ્મલોક તરફ ગમન સહજ કયારે થાય ?

ઉત્તર : જે વ્યક્તિ નિષ્કામ કર્મ કરે, વાસનાઓ રહિત હોય, કામનાઓ અને મોહ રહિત હોય તેવી વ્યક્તિ બ્રહ્મલોક તરફ સહજ ગમન કરે છે.

પ્ર-૧૧ : મૃત્યુ બાદ શરીર અને આત્માનું શું થાય છે ?

ઉત્તર : જયારે મૃત્યુ થાય ત્યારે શરીરમાં રહેલો સૂક્ષ્મ આત્મા તેની સાથે અંત:કરણ (મન, બુદ્ધિ, ચિત્ત અને અહંકાર) સહિત બહાર

નીકળી જાય છે. તે ફરી બીજું શરીર ધારણ કરે છે. જયારે આ દેહ જે પંચમહાભૂતનો બનેલો છે તે વિભાજિત થઈ સમષ્ટિમાં ભળી જાય છે, તે નાશવંત છે.

પ્ર-૧૨ : અમૃત તત્ત્વ એટલે શું ?

ઉત્તર : પરબ્રહ્મ પરમાત્મા જે દિવ્ય તત્ત્વ છે તેને જ અમૃત તત્ત્વ કહે છે.

પ્ર-૧૩ : દરેકના શરીરમાં પરમાત્મા અંતર્યામી તરીકે કેવી રીતે રહેલા છે?

ઉત્તર : દરેકના શરીરમાં હૃદયગુહામાં પરમાત્માનો એક અંશ અંતર્યામી તરીકે રહેલો છે. પરમાત્મા દરેકની અંદર એક જ રૂપે સમાનભાવથી રહેલા છે. તેઓ કોઈ જ ભેદ વગર એટલે કે ગરીબ હોય કે તવંગર હોય, નાનો હોય કે મોટો હોય, તે દરેકમાં સમાનભાવથી આત્મારૂપે રહેલા છે.

પ્ર-૧૪ : કોઈપણ વ્યક્તિ સદા આનંદમાં કયારે રહી શકે છે ?

ઉત્તર : જે જ્ઞાની પુરુષ પરમાત્માની લીલાને જાણે છે, પરમાત્માનું સ્વરૂપ જાણે છે અને પરમાત્મા નિરંતર પોતાની અંદર રહેલા છે તેવું જાણે છે તથા પરમાત્માની યાદમાં રહે છે તે સદા આનંદમાં રહે છે.

પ્ર-૧૫ : પરમાત્મા કેમ દેખાતા નથી ?

ઉત્તર : પરમાત્મા સૂક્ષ્મ, નિરાકાર સ્વરૂપ છે, જેથી દેખાતા નથી પરમાત્માનાં દર્શન માટે અંતઃકરણ શુદ્ધ હોવું જરૂરી છે. પરમાત્માની ફકત અનુભૂતિ જ થાય છે.

પ્ર-૧૬ : બ્રહ્મલોકમાં સૂર્ય કેમ પ્રકાશિત થઈ શકતો નથી ?

ઉત્તર : બ્રહ્મલોકમાં પરબ્રહ્મ પરમાત્મા રહેલા છે, જેમનો પ્રકાશ સૂર્ય કરતાં હજાર ગણો છે અને સૂર્ય પણ પરમાત્મામાંથી જ પ્રકાશ મેળવે છે, જેથી સૂર્યનો પ્રકાશ બ્રહ્મલોક સુધી પહોંચી શકતો નથી.

પ્ર-૧૭ : મનુષ્યનો બીજો જન્મ શાના પર આધાર રાખે છે ?

ઉત્તર : મનુષ્ય પોતાનાં કર્મો અનુસાર નવો જન્મ પ્રાપ્ત કરે છે. વર્તમાન જન્મમાં મનુષ્યના વિચારો, વાણી, વર્તન, કર્મો, ઈચ્છાઓ, વાસનાઓ અને વિકારો અનુસાર તેને નવો જન્મ પ્રાપ્ત થાય છે. એ રીતે સારાં કર્મો કર્યાં હોય તો મનુષ્ય યોનિમાં વધુ સારા સ્થળે અને સારી સ્થિતિમાં અને ખરાબ કર્મો કર્યાં હોય તો નિમ્ન યોનિમાં પશુ-પક્ષી, જીવ-જંતુ, વૃક્ષ રૂપે જન્મ લેવો પડે છે.

પ્ર-૧૮ : પરમાત્માનાં કેટલાં સ્વરૂપ છે ?

ઉત્તર : પરમાત્મા ત્રણ સ્વરૂપે વ્યાપ્ત છે.

    (૧) આધિભૌતિક

    (૨) આધિઆત્મિક અને

    (૩) આધિદૈવિક.

પ્ર-૧૯ : આપણને દ્વૈત (બે) કેમ દેખાય છે ?

ઉત્તર : આપણને જે દ્વૈત દેખાય છે તે મનનું જ કારણ છે. મનમાં ઉદ્ભવતા, ભય અને ભેદને કારણે બધું અલગ અલગ દેખાય છે. હકીકતમાં બધું એક જ એટલે અદ્વૈત છે. બધું જ એકલા પરમાત્મામાંથી ઉદ્ભવેલું છે. તેથી તે અલગ અલગ ન હોઈ શકે, માટે બધું જ અદ્વૈત છે. પરમાત્માએ લીલા કરવા માટે આ વૈવિધ્ય કેળવ્યું છે. જયારે માણસમાં અદ્વૈતભાવ આવી જાય છે ત્યારે બધું એક જ લાગે છે. તે વ્યક્તિ બધામાં પરમાત્માનાં જ દર્શન કરે છે.

પ્ર-૨૦ : પરમાત્મા આત્મારૂપે શરીરમાં રહે છે, તો તે કેવી રીતે રહે છે ?

ઉત્તર : પરમાત્મા પ્રત્યેક જીવની અંદર આત્મા રૂપે રહેલા છે. આપણે તેમને અંતર્યામી રૂપે ઓળખીએ છીએ. આત્મા દેહમાં રહેલો હોવા છતાં દેહથી અલિપ્ત રહે છે. અંતઃકરણયુક્ત આત્માને આપણે જીવાત્મા કહીએ છીએ. અંતઃકરણ મનુષ્યના પૂર્વ જન્મોનાં

સંસ્કારો સહિત હોય છે. તેને લીધે જ જીવાત્મા ભિન્ન ભિન્ન વસ્તુના સહયોગથી તેને અનુરૂપ ગતિ અને શક્તિવાળો દેખાય છે અને તેથી જ એક મનુષ્ય અન્ય મનુષ્યથી ભિન્ન દેખાય છે. સૌના સ્વભાવ તથા વિચારો અને આચરણ ભિન્ન જણાય છે. આ રીતે આત્મા અને દેહ બે અલગ અસ્તિત્વ ધરાવે છે. આત્મા શાશ્વત છે, જયારે દેહ નશ્વર, નાશવાન છે.

પ્ર-૨૧ : બ્રહ્મતત્ત્વ કેવું છે ?

ઉત્તર : બ્રહ્મતત્ત્વ સર્વવ્યાપી, સર્વસમર્થ, સર્વશક્તિમાન, દયાળુ, કૃપાળુ, માયાળુ, કરુણાનો અને આનંદનો સાગર છે. સમગ્ર બ્રહ્માંડ અને પૃથ્વી પરના તમામ લોકો તેને આશ્રિત છે. આ બધા જ લોકો બ્રહ્મના એક અંશ, પોતાના અંતર્યામીમાંથી શક્તિ મેળવે છે.

પ્ર-૨૨ : પરમાત્માએ સૃષ્ટિની રચના કેવી રીતે કરી છે ?

ઉત્તર : સમસ્ત સૃષ્ટિ પરબ્રહ્મ પરમાત્માના એક જ અંશનો આવિર્ભાવ છે. આ સૃષ્ટિના નિમિત્ત અને ઉપાદાનકારક પરમાત્મા જ છે. તેમને **एकोहं बहुस्याम** થવાનો, પોતાની લીલાનો વિસ્તાર કરવાનો વિચાર થયો અને તેમણે પોતાનામાંથી આ સૃષ્ટિની રચના કરી. પરમાત્મા અશરીરી, અજન્મા, અનાદિ તથા અનંત છે. તેઓ આનંદસ્વરૂપ છે. તેમણે આનંદમાંથી આનંદ માટે અને આનંદમય સ્વરૂપે સકળ સૃષ્ટિની રચના કરી છે. સમસ્ત નિર્જીવ દેખાતા પદાર્થોના અણુએ અણુમાં અને ચેતન સૃષ્ટિના પ્રત્યેક કોષમાં બ્રહ્મ તત્ત્વ રહેલું છે. આટલું વૈવિધ્ય તેમણે સમગ્ર જીવ સૃષ્ટિના આનંદ માટે જ ઊભું કરેલું છે. મનુષ્ય દુ:ખી થાય છે તે જીવાત્માના પૂર્વ જન્મોની દીર્ઘ યાત્રામાં તેણે કરેલાં ખરાબ કર્મોનાં ફળ છે, જેને મનુષ્ય અધ્યાત્મ શિક્ષણ દ્વારા સાચી સમજ, સત્કર્મો અને સાધના દ્વારા નિવારી શકે છે.

❖ ❖ ❖ ❖ ❖

: વ્યાવહારિક જીવનમાં બોધ :

યમરાજા અને નચિકેતા વચ્ચેના સંવાદ પરથી આપણા જીવનમાં ઉપયોગી મુદ્દા નીચે પ્રમાણે છે :

(૧) યમરાજા મોટા માણસ હોવા છતાં નચિકેતા જેવા નાના બાળકની વાત શાંતિથી સાંભળે છે અને તેના મનમાં રહેલા સંશયો દૂર કરે છે. આપણે પણ અન્ય વ્યક્તિની જરૂરી વાતોને ધ્યાનપૂર્વક સાંભળવી જોઈએ અને તેને સંતોષકારક જવાબ આપવો જોઈએ.

(૨) કોઈપણ વ્યક્તિએ આપણું અહિત કર્યું હોય તો પણ તેના પ્રત્યે રાગ-દ્વેષ ન રાખવો જોઈએ અને તેનું પણ હિત ઈચ્છવું જોઈએ.

(૩) ભૌતિક જીવન સમૃદ્ધ કરવાનું જ્ઞાન જરૂરી છે, તેના વડે મળતી સમૃદ્ધિનો વિવેકપૂર્વક ઉપયોગ કરવો જોઈએ અને વધારાની સમૃદ્ધિનો ઉપયોગ બીજાને માટે કરવો જોઈએ.

(૪) મૃત્યુ પછી બીજો જન્મ છે તે ધ્યાનમાં રાખીને જેવી રીતે આપણે બીજા દિવસ માટેનાં કામ માટે જેમ આગલા દિવસે તૈયારી કરીએ છીએ, તેવી જ રીતે આપણે બીજા જન્મની તૈયારી આ જન્મમાં કરવાની છે. મૃત્યુ બાદ આપણું સૂક્ષ્મ શરીર વાસનાઓ સાથે બીજા જન્મમાં જાય છે, જેના પ્રમાણે આપણા નવા જન્મમાં શ્રદ્ધા અને સ્વભાવ બનતાં હોય છે. તેથી આપણી વાસનાની શુદ્ધિ માટે અંતઃકરણની શુદ્ધિ જરૂરી છે. અંતઃકરણની શુદ્ધિ નિષ્કામ કર્મ વડે થાય છે. માટે આપણે નિષ્કામ કર્મ કરવું જોઈએ.

(૫) આ જન્મમાં કરેલાં કર્મોનું ફળ સાચવવાની વ્યવસ્થા પરમાત્માએ કરેલી છે, માટે આપણે ફળની બાબતમાં નિશ્ચિંત રહેવું જોઈએ અને ફળની અપેક્ષા વગર સતત નિસ્વાર્થ કર્મ કરતાં રહેવું જોઈએ.

(૬) શ્રેષ્ઠ જીવન જીવવા માટે શ્રેય અને પ્રેયને સમજીને જીવનમાં કઈ રીતે તેને ઉપયોગી બનાવી શકાય તે જાણવું જોઈએ.

– આપણે નોકરી કરતા હોઈએ અને કોઈનું કામ કરી આપવા માટે લાંચ લઈએ અથવા તો નોકરીના સમય દરમ્યાન કામ ન કરીએ તો તે આપણને ગમતું હોય છે એટલે તે પ્રેય છે. પરંતુ તેમાં આપણું શ્રેય નથી. ફકત ઈમાનદારી પૂર્વક પૂર્ણ સમય માટે પગારનું વળતર ચૂકવાય તે રીતે કામ કરવું તે શ્રેય છે. કારણ કે તેથી આપણને નજીકના માણસો તરફથી પ્રેમ, લાગણી અને હૂંફ મળે છે.